साहित्यप्रतिभा: सामर्थ्य आणि मर्यादा

वि. स. खांडेकर

संपादक
डॉ. सुनीलकुमार लवटे

मेहता पब्लिशिंग हाऊस

Please contact us at **Mehta Publishing House,** Pune.
✆ +91 020-24476924 / 24460313 / Mob. No. 9545000513
Email : production@mehtapublishinghouse.com
Website : www.mehtapublishinghouse.com

◆ *या पुस्तकातील लेखकाची मते, घटना, वर्णने ही त्या लेखकाची असून, त्याच्याशी प्रकाशक सहमत असतीलच असे नाही.*

SAHITYAPRATIBHA : SAMARTHYA ANI MARYADA
by V. S. KHANDEKAR

साहित्यप्रतिभा : सामर्थ्य आणि मर्यादा : वि. स. खांडेकर / समीक्षात्मक लेखसंग्रह

संपादक : डॉ. सुनीलकुमार लवटे

Email : author@mehtapublishinghouse.com

मराठी पुस्तक प्रकाशनाचे हक्क : मेहता पब्लिशिंग हाऊस, पुणे.

प्रकाशक : सुनील अनिल मेहता, मेहता पब्लिशिंग हाऊस,
१९४१, सदाशिव पेठ, माडीवाले कॉलनी, पुणे - ४११०३०.

मुद्रक : पार्कसन्स ग्राफिक्स

मुखपृष्ठ : सतीश भावसार

प्रथमावृत्ती : फेब्रुवारी, २०१९

किंमत : ₹ १६०

P Book ISBN 9789353171667
E Book ISBN 9789353171674
E Books available on : amazonkindle Apple Books Google Play Books

स्वागतशील, आस्वादक, समीक्षक खांडेकर

'साहित्यप्रतिभा : सामर्थ्य आणि मर्यादा' हा वि.स.खांडेकरलिखित व्यक्तिकेंद्रित समीक्षात्मक लेखसंग्रह होय. 'व्यक्ती' आणि 'वाङ्मय' अशा दोन परिघात वि.स.खांडेकरांचे समीक्षालेखन झाले आहे. वि.स.खांडेकरांचे टीकालेखन कसे सुरू झाले याविषयी त्यांनी 'पहिली पावलं' या साहित्यिक आत्मकथनात लिहिले आहे. त्यानुसार 'नवयुग' मासिकाच्या जुलै, १९१९ च्या अंकात ग.त्र्यं.माडखोलकरांचा 'केशवसुतांचा संप्रदाय' हा लेख प्रकाशित झाला होता. तो लेख आनंद मंडळापुढे वाचलेला निबंध होता. त्यात 'दसरा' कवितेत गडकऱ्यांनी केशवसुतांच्या 'तुतारी' कवितेचं अनुकरण केल्याचा आरोप केला होता. त्या आरोपाला उत्तर म्हणून वि.स.खांडेकरांनी 'तुतारी वाङ्मय व दसरा' हा टीकालेख लिहिला. तो लगेच पुढील अंकात (नवयुग, ऑगस्ट- सप्टेंबर, १९१९) प्रकाशित झाला. तेव्हापासून ते मृत्युपर्यंत खांडेकर टीकालेखन करत राहिले. त्यांचा शेवटचा सन १९७६ चा टीकालेख 'साहित्य समीक्षा' या कुसुमाग्रज गौरव ग्रंथात 'साहित्य संभव : एक विचार' या शीर्षकाने प्रकाशित झाला आहे. त्यात खांडेकरांनी सर्वश्री ह.ना.आपटे, शि.म.परांजपे, केशवसुत, श्रीपाद कृष्ण कोल्हटकर, न.चिं.केळकर आणि कृष्णाजी प्रभाकर खाडिलकर या साहित्यिकांच्या व्यक्ती व वाङ्मयविषयक आपले नवे आकलन स्पष्ट केले आहे. यातून हे स्पष्ट होते की वि.स.खांडेकर आपल्या समग्र साहित्यिक कालखंडात वेळोवेळी टीकालेखन करत राहिले. प्रारंभीच्या काळात त्यांचे टीकालेखन हे पुस्तक परीक्षणाच्या स्वरूपात होते. या कालखंडातील पुस्तक परीक्षण प्रकाशित करणाऱ्या जवळ जवळ सर्व नियतकालिकांत - दैनिके, साप्ताहिके, पाक्षिके, मासिके, दिवाळी अंक यातून ते समीक्षात्मक लेखन करत राहिले.

वि.स.खांडेकरांचे प्रारंभिक टीकालेखन उमेदवारीचे होते. शाब्दिक कोट्या, उदाहरणे देणे, चमत्कृतिजन्य कल्पना यांचा त्यात भडिमार असायचा. त्यांचे लेखनगुरू श्रीपाद कृष्णांनी एकदा त्यांची कानउघाडणी केल्यावर ते टीकालेखन स्फुरण न मानता गांभीर्याने घेऊ लागले. देशी-विदेशी समीक्षकांचे लेखन, साहित्यशास्त्र, टीकाशास्त्र, नाट्यशास्त्र असे विपुल वाचन खांडेकरांनी केले. मासिक 'मनोरंजन'चे संपादक वसंतराव नाईक यांच्या मार्गदर्शनामुळे रसिक वाचकांना डोळस करण्याच्या इराद्याने वाङ्मयीन अभिरुची संपन्न करणारे विश्लेषक परंतु आस्वादक टीकालेखन ते करत राहिले आणि म्हणूनच ते साहित्य वर्तुळात विचारक साहित्यिक म्हणून गणले गेले.

समीक्षक म्हणून वि.स.खांडेकरांचे मूल्यांकन यापूर्वी डॉ.एस.एस.भोसलेलिखित 'खांडेकर : व्यक्ती आणि साहित्यिक' (१९७५) या ग्रंथात 'घाव आणि अभिषेक' प्रकरणात सविस्तर करण्यात आले आहे. सन १९७५मध्ये डॉ.मु.श्री.कानडे आणि प्रा.भालचंद्र फडके संपादित 'गाभारा' मध्ये सर्वश्री भालचंद्र फडके, रमेश तेंडुलकर, सुधाकर भोसले, श्री.के.क्षीरसागर, चंद्रशेखर बर्वे यांनी लेखन केले आहे. शिवाय डॉ.एस.एस.भोसले संपादित ग्रंथ 'साहित्यिक खांडेकर' (१९८०) मध्ये प्रा.भा.ज.कविमंडन यांनी ऊहापोह केला आहे. या सर्वांच्या चिकित्सेतून साकारणारे समीक्षक खांडेकर सर्जनशील, विचारवंत टीकाकार म्हणून समोर येतात. खांडेकरांनी सुमारे पाच दशकांत आपणास आवडलेल्या साहित्याबद्दल आस्वादकपणे परंतु मोकळेपणाने लिहिले. मतभिन्नताही मोकळेपणाने व्यक्त केली आहे. पण त्यात कटुता आली नाही. उलटपक्षी ग.त्र्यं.माडखोलकरांसारखा साहित्यिक जिवलग मित्र बनला, तो टीकालेखनामागील विशुद्ध भावनेची प्रचिती आल्यामुळे. समीक्षक म्हणून वि.स.खांडेकर स्वागतशील राहिले. कुसुमाग्रजांच्या 'विशाखा', मंगेश पाडगावकरांच्या 'धारानृत्य' सारख्या पहिल्या संग्रहाची समीक्षा वि.स.खांडेकर यांनी केली. समीक्षेत, वादविवादात आचार्य अत्रे व खांडेकर, खांडेकर व प्रा.ना.सी.फडके असे खंडन-मंडन होत राहिले, पण ते दृष्टिकोन आणि आकलनभिन्नतेमुळे. परखडपणाबरोबर खांडेकरांमध्ये सहृदयता, द्रष्टेपणा, चिकित्सकवृत्ती होती हे लक्षात येते. वि.स.खांडेकरांना नाटकाची चांगली जाण होती. जाणकार वाचक, अभ्यासक, नाटककार, प्रेक्षक, समीक्षक म्हणून त्यांनी अण्णासाहेब किर्लोस्कर, गो.ब.देवल, श्रीपाद कृष्ण कोल्हटकर, कृष्णाजी प्रभाकर खाडिलकर, राम गणेश गडकरी, कुसुमाग्रज यांच्या नाट्यसाहित्याची केलेली विवेचक व विस्तृत समीक्षा नाटकाबद्दलची खांडेकरांची आस्था, प्रेम व व्यासंग सिद्ध करते. तीच गोष्ट कथा, कादंबरी समीक्षेची. पुस्तक प्रस्तावना, पुस्तक परिचय व परीक्षणे, संपादित ग्रंथांच्या प्रस्तावना, प्रासंगिक स्फुट लेख (गौरव, श्रद्धांजली, स्मृती इ.) या सर्वांतून वि.स.खांडेकर हे

बहुआयामी टीकालेखक होत. पाश्चात्त्य साहित्याचे नित्य वाचन, भाषांतर, चिकित्सा, समीक्षा यातूनही खांडेकरांमधला टीकाकार प्रगल्भ झाला. स्टीफन झ्वाइग, टॉलस्टॉय, मॉम, फ्रँकाइस सागा, बार्कर यांच्यावरची समीक्षात्मक टाका-टिप्पणी पुरावा म्हणून पाहता येईल.

'साहित्यप्रतिभा : सामर्थ्य आणि मर्यादा' मध्ये वि.स.खांडेकरांनी टॉलस्टॉय, श्रीपाद कृष्ण कोल्हटकर, कृष्णाजी प्रभाकर खाडिलकर, न.चिं.केळकर, रा.ग.गडकरी, कवी बोरकर, नाटककार आणि कवी कुसुमाग्रज, कवी वा.रा.कांत, कथाकार अरविंद गोखले प्रभृती साहित्यकारांबद्दल, त्यांच्या साहित्याबद्दल असलेली आत्मीयता व्यक्त करण्यासाठी केलेले हे समीक्षालेखन आहे. त्यात भलामण असली तरी दोषदिग्दर्शनाने ती संयमित व संतुलित झालेली आहे. ती सकारात्मक समीक्षा झाली आहे. समीक्षेच्या अंगांनी नाटक व काव्य ही वि.स.खांडेकरांची आवडती क्षेत्रे होत. प्रारंभीपासूनच वाचनाचे त्यांचे क्षेत्र नाटक व काव्य राहिले आहे. त्यांचा जन्म सांगलीत झाला. बालपण तिथेच गेले व त्यांनी शिक्षणही तिथेच घेतले. सांगली ही नाट्यपंढरी. तिथे त्यांना नाटककार गो.ब.देवल, नाट्यअभ्यासक खरेशास्त्री यांचा सहवास लाभला. त्यांनी अनेक नाटके पाहिली, वाचली. तरुण वयात त्यांनी कविता लिहिल्या व नाटके रचली. नाटकाचे त्यांचे वाचन चतुरस्र होते. कालिदास, भवभूती, अण्णासाहेब किर्लोस्कर, श्रीपाद कृष्ण कोल्हटकर, गो.ब.देवल, रा.ग.गडकरी, कृष्णाजी प्रभाकर खाडिलकर प्रभृती नाटककारांची सर्व नाटके त्यांनी वाचली, पाहिली, अभ्यासली होती. शेक्सपिअर, बर्नार्ड शॉ, टॉलस्टॉय यांच्या नाटकांचीही त्यांना चांगली जाण होती. संस्कृत, इंग्रजी भाषेवर प्रभुत्व असल्यामुळे त्यांच्यातला टीकाकार पुढे समीक्षक झाला.

वि.स.खांडेकरांनी सन १९२४ ते १९३७ या तपभराच्या काळात त्यांचे मित्र मेघ:श्याम शिरोडकर संपादन करत असलेल्या 'वैनतेय' साप्ताहिकात सहसंपादक म्हणून कार्य केले. त्या कालखंडात बातमीपत्रे, स्फुट, परीक्षणे, स्तंभ, अग्रलेख असे अनेकविध प्रकारचे लेखन केले. त्यातला वाङ्मय विभाग वि.स.खांडेकर पाहत असत. अशा काळात सन १९२८मध्ये २६ जून ते १४ ऑगस्ट प्रत्येक अंकात एक याप्रमाणे सलग पाच अंकांत खांडेकरांनी टॉलस्टॉयच्या सहा नाटकांचा परामर्श घेतला होता. 'द फर्स्ट डिस्टिलर', 'द कॉज ऑफ इट ऑल', 'द पॉवर ऑफ डार्कनेस', 'लाइट शाइन्स इन द डार्कनेस', 'फ्रुट्स ऑफ एन्लाइटमेंट' आणि 'द लाइव्ह क्रॉप्स' ही ती सहा नाटके होत. यातले 'द फर्स्ट डिस्टिलर' हे नाटक लिओ टॉलस्टॉय यांनी आपल्या 'द इम्प ॲन्ड द क्रस्ट' कथेस आधार बनवून लिहिले होते. ती त्यांची गाजलेली कथा. या नाटकातून मद्यपानाच्या दुष्परिणामांकडे टॉलस्टॉय यांनी वाचकांचे, प्रेक्षकांचे लक्ष वेधले आहे. 'द कॉज ऑफ इट ऑल'

चा विषयही मद्यपान निषेधच होय. त्यातल्या ट्रँप या पात्राभोवती सारे नाटक फिरते. तो चहाची चोरी करतो. गुन्हा कबूल करतो पण मुद्देमाल न घेता निघून जातो असे दाखवून टॉलस्टॉय दुराचारी माणसाचे हृदयपरिवर्तन चित्रित करतात व माणसातील सदाचार अधोरेखित. 'द पॉवर ऑफ डार्कनेस' हे मॅकबेथ शैलीत लिहिलेले टॉलस्टॉयचे मनोविश्लेषणात्मक नाटक. नाटककार म्हणून टॉलस्टॉयने पात्र, शैली, विषय असे प्रयोग करत आपल्या नाटकांचे वैविध्यपूर्ण वैभव वाढवले. टॉलस्टॉय नाटककार म्हणून आपल्या पूर्वसुरी नाटककारांचे ऋण मानणारा कलाकार. जॉर्ज बर्नाड शॉची प्रशंसा करत, त्याच्या विषयीचा आदर व्यक्त करणारी नाट्यकृती म्हणून आपणास टॉलस्टॉयच्या 'लाइट शाइन्स इन द डार्कनेस' कडे पाहावे लागेल. टॉलस्टॉय व महात्मा गांधी यांचे लेखन व जीवन म्हणजे 'तमसो मा ज्योतिर्गमय'चा प्रवास. वि.स.खांडेकरांना या दोन्हींबद्दल आदर होता. वि.स.खांडेकरांचे 'दुसरे प्रॉमिथिअस : महात्मा गांधी' पुस्तक वाचलं की ते स्पष्ट होते. खांडेकरांना टॉलस्टॉय पती-पत्नीविषयी एक कुतूहलपूर्ण जिज्ञासा होती. ती त्यांनी 'रंग आणि गंध' मधील त्यांच्यासंबंधी लेखात स्पष्ट केली आहे. 'फ्रुट्स ऑफ एन्लाइटमेंट' मध्ये टॉलस्टॉयच्या अतींद्रिय शक्तींविषयीचे कुतूहल स्पष्ट होते. 'द लाइव्ह क्रॉप्स' हे टॉलस्टॉयचे माणसाच्या जगण्यातले व्यामिश्र संबंध चित्रित करणारे नाटक होय. खांडेकरांनी या नाटकाचे परीक्षण अशा पद्धतीने केले आहे की वाचकाला ते नाटक मूळातून वाचायची इच्छा निर्माण व्हावी. अशी इच्छा होणे हेच या समीक्षा लेखनाचे यश म्हणून सांगता येईल.

श्रीपाद कृष्ण कोल्हटकर तर वि.स.खांडेकरांचे लेखनगुरू. 'साहित्यशिल्पी' या त्यांच्या व्यक्तिलेख संग्रहात तशा आशयाचा एक सुंदर लेख खांडेकरांनी लिहिला आहे. सन १९२६पासून कोल्हटकरांच्या जन्मशताब्दीपर्यंत खांडेकर निरंतर त्यांच्याबद्दल लिहीत राहिले. 'साप्ताहिक रणगर्जना'मध्ये वि.स.खांडेकरांनी 'श्रीपाद कृष्णांचा विनोद' या शीर्षकाने सन १९२६मध्ये पाच लेख लिहिले होते. ते अद्याप अप्राप्त आहेत. ते कोल्हटकरांवरचे खांडेकरांचे पहिले लेखन. खांडेकर व कोल्हटकर असा दीर्घ पत्रव्यवहारही उपलब्ध आहे. खांडेकरांनी आपल्या लेखनगुरूविषयी सक्रिय आदर व्यक्त करत यापूर्वी 'कोल्हटकर लेखसंग्रह' (१९३२), 'निवडक कोल्हटकर' (१९७२), 'समग्र कोल्हटकर' (खंड-१-१९७२, खंड-२-१९७५) चे संपादन करून त्यात दीर्घ चिंतन व्यक्त केले आहे. त्याशिवाय खांडेकरांनी वरील काळात 'मनोरंजन', 'यशवंत', 'प्रतिभा', 'मनोहर', 'आलोचना', 'वैनतेय' इत्यादी नियतकालिकातून श्रीपाद कृष्ण कोल्हटकरांबद्दल भरभरून लिहिले आहे. नाटककार म्हणून कोल्हटकरांच्या 'वीरतनय', 'मूकनायक', 'मतिविकार', 'प्रेमशोधन', 'वधूपरीक्षा' इत्यादी नाटकांची विलक्षण मोहिनी खांडेकरांवर होती. या

मोहिनीची कारणेही तशीच होती. एकतर कोल्हटकरांनी मराठी रंगभूमीस भाषांतरित नाटकांतून मुक्त करत स्वतंत्र नाटकांचे युग निर्माण केले होते. सन १८९३मध्ये कोल्हटकरांनी देवलांच्या 'शापसंभ्रम' वर सणसणीत टीका केल्याने देवल नि कोल्हटकरांच्यात हाडवैर निर्माण झाल्याचा उल्लेख गं.दे.खानोलकरलिखित 'कोल्हटकर चरित्र' मध्ये आहे. देवलांनी केलेल्या अधिक्षेपास उत्तर देताना कोल्हटकरांनी काढलेले बाणेदार उद्‌गार त्यांच्यातील स्वतंत्र नाटककाराचा परिचय करून देणारे आहे. ते म्हणाले होते, 'देवल, बाण-शूद्रक वगैरेसारखे दोस्त माझ्या पाठीशी नाहीत. माझी उडी स्वतंत्र आहे!' हे कोल्हटकरांच्या नाटकासंबंधीच्या टीकालेखनातून खांडेकरांनी स्पष्ट केले आहे. कोल्हटकरांपूर्वी नाटकांची नावे पात्राधारित असत. उदा. शारदा, सौभद्र, कीचकवध इ. कोल्हटकरांनी विषयकेंद्री शीर्षकांची परंपरा सुरू केली. उदा. 'वधूपरीक्षा', 'मतिविकार', 'जन्मरहस्य' इ. कोल्हटकरांच्या नाटकांची शीर्षके पंचाक्षरी असत. चटकदार संवाद आणि खुसखुशीत विनोदांनी कोल्हटकरांनी आपली नाटके सर्वसामान्यांसाठी आस्वादक बनविली. त्यांनी आपल्या नाटकांतून सामाजिक सुधारणांचे समर्थन केले. मराठी नाटकात वास्तववादी नायक कोल्हटकरांनी पहिल्यांदा निर्माण केला. त्यांनी पाश्चात्त्य शोकात्म नाटकांना छेद देत आपली नाटकं आनंदपर्यवसायी बनवली. 'सुदाम्याचे पोहे' लिहून विनोदाला दर्जा दिला. खांडेकरांनी कोल्हटकरांवरील या संग्रहातील विविध समीक्षा लेखांतून कोल्हटकरांच्या मर्यादा आणि उणिवाही दाखवून दिल्या आहेत. त्यामुळे संग्रहातील समीक्षालेख केवळ गौरवलेख न बनता ते विश्लेषणात्मक विवेचन झाले आहे. खांडेकरांनी या विविध लेखांतून कोल्हटकरांच्या समग्र साहित्याची कलात्मक चिकित्सा केली असल्याने हे लेख अभ्यासपूर्ण झाले आहेत.

कोल्हटकरांप्रमाणेच खांडेकरांनी कृष्णाजी प्रभाकर तथा काकासाहेब खाडिलकरांबद्दलही विपुल लिहिलं आहे. खाडिलकर हे मराठीतले पहिले तत्त्वचिंतक नाटककार. त्यांनी 'कीचकवध', 'भाऊबंदकी', 'विद्याहरण', 'द्रौपदी', 'सत्त्वपरीक्षा' सारखी नाटके लिहिली. ते पत्रकार, संपादकही होते. त्यांचे 'कीचकवध' खांडेकरांना तंत्र व रस दोन्ही दृष्टीने श्रेष्ठ नाटक वाटते. 'भाऊबंदकी' नातेसंबंधातील ताणतणावांची कालातीतता अधोरेखित करते तर 'विद्याहरण' मध्ये खाडिलकरांनी प्रेमाचे तत्त्वज्ञान विशद केले आहे. 'द्रौपदी' महाभारतावर आधारित असले तरी ते स्त्रीवादाचा प्रारंभ करणारे नाटक म्हणून पुरुषी मानसिकता व सत्तापिपासूपणावर प्रहार करते. 'सत्त्वपरीक्षा' मध्ये खाडिलकर हरिश्चंद्र, तारामती, रोहिदास या चारित्र्यांद्वारे मूल्यसंघर्ष चित्रित करतात. 'कांचनगडची मोहना' नाटकातील हंबीरराव हे पात्र खांडेकरांच्या दृष्टीने 'अभ्यसनीय व्यक्तिरेखा' ठरते. त्यातून नाटककाराचे चरित्रचित्रण कौशल्य सिद्ध होते. खांडेकरांना खाडिलकर वेगळे नाटककार वाटतात, ते त्यांच्या वैचारिकतेमुळे.

काळाच्या पुढे नेणारा द्रष्टा नाटककार म्हणून खांडेकर खाडिलकरांकडे पाहतात.

न.चिं.केळकर खांडेकरांना 'साहित्यातला वटवृक्ष' वाटतात ते त्यांच्या सम्यक विचार व वाङ्मयामुळे. केळकरांना 'साहित्यसम्राट' मानले गेले ते त्यांच्या निबंध लेखनामुळे. वैचारिक निबंधांबरोबर केळकरांनी लघुनिबंधही लिहिलेत. ते 'पालापाचोळा'-मध्ये संग्रहित आहेत. केळकर नित्य नव्याचा अभ्यास करण्यात तत्पर असत. सत्तरी ओलांडल्यावर त्यांना चित्रपटाचे तंत्र अवगत करून घेण्याची इच्छा निर्माण होणे यात त्यांच्या सतत अभ्यासशील राहण्याच्या वृत्तीचे जे दर्शन होते, ते खांडेकरांना अनुकरणीय वाटते व त्यामुळेच केळकर त्यांना वटवृक्ष वाटतात. समाजात लोकमान्य टिळकांनंतर त्यांनी निर्माण केलेले स्थान केवळ पूर्वसुरींची पुण्याई नव्हती तर केळकरांचा व्यासंग व मनुष्यसंग्रह त्याचे कारण होते. केळकरांच्या 'तोतयाचे बंड' नाटकाची मोहिनीपण समीक्षक खांडेकरांवर दिसून येते. वाङ्मयीन व वैचारिक अशा दोन्ही अंगांनी खांडेकरांनी संग्रहित लेखांत समीक्षा केली आहे.

कोल्हटकर, खाडिलकरांप्रमाणे नाटककार रा.ग.गडकरी हे खांडेकरांच्या आराध्य दैवतांपैकी एक होत. कोल्हटकर, खाडिलकरांप्रमाणेच खांडेकरांना गडकऱ्यांचा सहवास लाभला. खांडेकर पुण्यात फर्ग्युसन कॉलेजमध्ये शिकत असताना त्यांनी गडकरी यांच्याबरोबर अनेकदा किर्लोस्कर थिएटरमध्ये नाटके पाहिली. घरात अनेकदा साहित्यिक चर्चा केल्या. 'पुण्यप्रभाव' सारखे नाटक लिहीत असण्याचा तो काळ! गडकऱ्यांच्या 'भावबंधन', 'प्रेमसंन्यास', 'राजसंन्यास' पेक्षाही खांडेकरांना 'एकच प्याला' अधिक भावले याची कारणमीमांसा खांडेकरांनी संग्रहातील समीक्षा लेखात विस्ताराने केली आहे. 'पतिव्रतेला नाती नसतात' या सिंधूच्या उद्‌गारापेक्षा हे नाटक खांडेकरांना त्यातील मानवी संदेशामुळे महत्त्वाचे वाटते. खांडेकरांनी या नाटकाचे योगदान अधोरेखित करत सांगितले आहे की, 'मानव मूलतः एकाकी आहे. जन्मापासून मृत्यूपर्यंतच्या प्रवासात असुरक्षिततेच्या प्रकट अथवा सुप्त भीतीने तो पछाडलेला असतो. या भीतीवर केवळ प्रीतीच मात करू शकते - मानवाच्या मानवाविषयीच्या श्रद्धेतून निर्माण झालेली प्रीती-भक्तीच्या पायरीवर जाऊन उभी राहू शकणारी प्रीती. ही प्रीती हाच 'एकच प्याला'च्या आंतरिक अर्थाचा आधार आहे.' हे खांडेकरांचे समीक्षक म्हणून असलेले चिंतन, निष्कर्ष खांडेकरांना तत्त्वशील समीक्षक ठरवते.

'साहित्यप्रतिभा : सामर्थ्य आणि मर्यादा' मध्ये उपरोक्त लेखांशिवाय आचार्य अत्रे, कुसुमाग्रज यांच्या नाट्यप्रतिभेवर लिहिले गेले आहे. तसेच कवी कुसुमाग्रज, वा.रा.कांत आणि बा.भ.बोरकरांबद्दलही. पैकी आचार्य अत्रे आणि कवी बा.भ.बोरकर यांच्यावर लिहिलेले या संग्रहातील दोन लेख व्यवच्छेदक म्हणावे लागतील ते शैलीच्या अंगाने नि आत्मीय गुण त्यांत अवतरल्यामुळेही. हे दोन्ही लेख पत्र

शैलीत लिहिले असून, आत्मीयतेमुळे ते विशेष वाचनीय झाले आहेत. नाटकाबरोबरीने खांडेकरांचा काव्यव्यासंग त्यातून स्पष्ट होतो. कथाकार अरविंद गोखले यांच्यावरील या संग्रहातील कथाकार म्हणून विवेचन करणारा लेख खांडेकरांची कथेची जाण स्पष्ट करतो. या सर्व समीक्षालेखांतून दिसणारे समीक्षक खांडेकर हे स्वागतशील आस्वादक म्हणून जसे पुढे येतात, तसेच त्यांच्या व्यासंगाची, चिंतनाचीही ते साक्ष देतात. खांडेकरांना व्यक्ती आणि वाङ्मयातले जे जे ऊर्जस्वल, उदात्त असते ते वाचकांपुढे ठेवावे असे वाटत राहते. ही आंतरिक तळमळच त्यांना सतत लिहायला प्रेरित करत असते. म्हणून त्यांचे समीक्षालेखन नेहमीच सकारात्मक संस्कार देणारे होत राहिले आहे.

१ मे, २०१४ **– डॉ. सुनीलकुमार लवटे**
महाराष्ट्र दिन

अनुक्रमणिका

टॉलस्टॉयची नाटके

- १ -

महात्मा गांधींच्यामुळे टॉलस्टॉयचे नाव महाराष्ट्र वाचकवर्गाला आता चांगलेच परिचित झाले आहे. पण काढ्याला उपयोगी पडणाऱ्या तुळशीमध्ये निराळ्या दृष्टीने पाहिल्यावर जसे काव्य आढळते तसेच टॉलस्टॉयच्या चरित्राचे आहे. अनुभवाच्या भट्टीत जीविताला तावून सुलाखून काढल्यानंतर त्याला इष्ट आकार यावा म्हणून त्यावर यमनियमाचे घण घालायला तो जसा कचरला नाही, त्याप्रमाणे आपल्या कळकळीच्या कल्पना वाङ्मयाच्या सुंदर कोंदणात बसवण्याची त्याने कधी हयगय केली नाही. कवी व कृती यांच्यात बहुधा छत्तीसचा आकडा असतो असे आढळते, पण टॉलस्टॉयच्या बाबतीत विचारांचे उड्डाण व आचाराचे पाऊल यात कधीच अंतर पडले नाही. त्याच्या लेखनात त्याच्या मनाच्या तळमळीचे, हृदयाच्या दयाळुत्वाचे, व विचारांच्या व्यापकतेचे सुंदर प्रतिबिंब पडलेले आढळते. सौंदर्य व उपयुक्तता यांचा संगम त्यांच्या वाङ्मयात आढळत असल्यामुळे आज वाचकांना त्याच्या नाटकांचा परिचय करून देण्याचे योजिले आहे.

ऑक्सफोर्ड युनिव्हर्सिटी प्रेसने प्रसिद्ध केलेल्या 'वर्ल्ड क्लासिक्स' या ग्रंथमालेतील २४३ अनुक्रमांच्या पुस्तकात त्यांची सहा नाटके आली आहेत. या सहा नाटकांपैकी 'द फर्स्ट डिस्टिलर' व 'द कॉज ऑफ इट ऑल' ही दोन अतिशय लहान म्हणजे प्रचलित मराठी नाटकांच्या एका अंकाएवढी आहेत. दोन्हीचाही विषय दारू हाच आहे. पहिल्या नाटकात भुकेच्या वेळी भाकरीचा तुकडा नाहीसा झाला तरी जो शेतकरी शांत राहतो तोच दारूच्या आहारी जाताच घोड्यावर स्वार होऊन आईवर व आजावर दुगाण्या झाडू लागतो असे दाखवले आहे. या अत्यंत साध्या नाटकातही टॉलस्टॉयचे कल्पनासामर्थ्य क्वचित चमकताना दिसते. उदाहरणार्थ कर्जाविषयीचे त्याचे खालील वाक्य पहा - 'पैसे उसने देणे हे एखादी वस्तू टेकडीवरून खाली लोटून देण्यासारखे आहे, पण तो वसूल करणे, हे ती वस्तू टेकडीवर ओढून

नेण्यासारखे आहे.' 'द इम्प ॲन्ड द क्रस्ट' या आपल्या लोकप्रिय गोष्टीचेच टॉलस्टॉयने या नाटिकेत रूपांतर केले आहे. सैतानाच्या सेवकाने या नाटकाच्या शेवटी दारूचे जे वर्णन केले आहे, ते लक्षात घेण्यासारखे आहे. दारू प्रथम आपल्या दासाला कोल्हा करते, नंतर लांडग्याच्या पायरीवर नेऊन बसवते व शेवटी डुकराप्रमाणे खातेऱ्यात लोळायला लावते. स्त्रियांच्या पवित्र परंपरेमुळे एकच प्याल्यात पुरुष बुडतात, एवढेच गडकऱ्यांना दाखवता आले आहे. पण या नाटकातील बुढ्ढी बाई दारूचा अंमल चढताच आपले पुन्हा परतलेले तारुण्य पाहायला आपला पती हयात नाही म्हणून खेद प्रदर्शित करू लागते.

- २ -

'द कॉज ऑफ इट ऑल' या नाटकात दारूच सर्व अनर्थाचे मूळ असते, हे दाखवले आहे. दारू सावाला चोर व माणसाला पशू करते, हे पक्के माहीत असूनही त्यातील ट्रँपला एकच प्याला पुढे आला की तो घेण्याचा मोह आवरत नाही. एका घड-घोटात ब्रह्मज्ञानाचे ब्रह्मांड बुडून जाते व दारूच्या तारेत नवरा बायकोवर हात टाकू लागला असता जो ट्रँप त्याचा हात धरतो तो स्वत:च दारूचा अंमल चढताच प्रेमाने आपला आदरसत्कार करणाऱ्या यजमानाच्या घरच्या चहा-साखरेच्या पुड्याच चोरून नेतो! यक्षिणीच्या कांडीने होणाऱ्या फरकाप्रमाणे दारूचा परिणाम वाटल्यावाचून राहत नाही. बृहस्पतीची बुद्धी, शुक्राचे शहाणपण अगर इंद्राचे ऐश्वर्य हे सर्व मातीमोल करण्याचे सामर्थ्य दारूत आहे. कड्यावरून पाय घसरलेला मनुष्य मध्येच थांबणे जसे शक्य नसते, त्याप्रमाणे दारूची सवयही मध्येच सुटत नसते. या छोट्या नाटकात दारूचे दुष्परिणाम भडक रीतीने न रंगवता सूचक पद्धतीचाच टॉलस्टॉयने अवलंब केलेला आहे.

या नाटकातील पहिल्या अंकाच्या आरंभी शेतकरी मायकेल गावात काही जिन्नस विकायला गेला आहे व त्याची बायको मार्था घरी तो दारू पिऊन येईल की काय म्हणून काळजी करत बसली आहे, असा प्रसंग आहे. बायकांच्या जागी पुरुषांना एक आठवडाभर तरी त्यांच्या कामाला जुंपावे, म्हणजे बायकांच्या सुखाची त्यांना कल्पना येईल, असे जे ती म्हणते, ते खरोखरच विचार करण्यासारखे आहे. बायकांची घरातील कामे पुरुषांना सोपी व थोडी वाटतात, पण त्या बाबतीत 'थेंबे थेंबे तळे साचे' अशीच स्थिती झालेली असते. स्त्रीजात स्वभावत:च सहनशील असल्यामुळे कामाचा केवढाही डोंगर असला तरी, तो ती ओलांडू शकते, पण चकाट्यांचे डोंगर पोखरून कालक्षेपाचे उंदीर काढणाऱ्या पुरुषांनी तिच्यावर पडणाऱ्या भाराकडे दुर्लक्ष करावे, हे लाजिरवाणे नाही काय? तात्त्विक समतेच्या आधी ही व्यावहारिक समता प्रस्थापित होणे आवश्यक आहे. घरात म्हातारी आई अगर आजी धापा टाकत पाणी आणत असली तरी नातू आपला विटीदांडू सोडून तिला हातभार लावायला

जाणार नाही अगर बायको तापाने फणफणत असताना पाहुणा आला असला तरी नवरा चुलीची आराधना करायला बसणार नाही. मार्थाच्या भाषणात कामाच्या भाराने कालावलेल्या गरीब शेतकरी स्त्रीचे हृद्गत चांगलेच व्यक्त झाले आहे.

ट्रँप या पात्राचे बोलणे मोठे मौजेचे आहे. मराठीत इंग्रजी शब्द वापरून आपले पांडित्य दाखविणाऱ्या तुटपुंज्या विद्वानांप्रमाणे तो स्वत:ला येत असलेला एखाददुसरा फ्रेंच शब्द मधून मधून वापरतो. विलायतेच्या प्रवासाप्रमाणेच त्याची भाषाही असते. 'तुरुंगात पडलो' याच्या ऐवजी 'माझ्या स्वातंत्र्यावर घाला पडला', 'चोरी केली' च्या ऐवजी 'आमच्या मंडळीकरता अपहरण केले' इत्यादि सुसंस्कृत प्रयोग करण्याची त्याची सवय गमतीदार आहे.

चहासाखर चोरून जाणारा ट्रँप मुद्देमालासकट पकडला जातो व मार्था त्याला सोडून देण्याविषयी नवऱ्याला विनंती करते. बायकोने आपल्याला परोपकार शिकवावा याचे थोडेसे वैषम्य वाटून मायकेल उदारपणाच्या भरात त्याला चहासाखर घेऊन जाण्यास सांगतो. पण या उदारपणाच्या गुंगीत बेशुद्ध झालेले ट्रँपचे मन एकदम शुद्धीवर येते. तो आपला गुन्हा कबूल करतो आणि क्षमा मागून ते जिन्नस न घेता निघून जातो. यावेळी मार्थाची सासू 'He too is a man' हे जे अत्यंत कोमल उद्गार काढते ते वर्डस्वर्थच्या 'What man has made of man' या उद्गारांवर उतारा म्हणून जपून ठेवण्यासारखे आहेत.

- ३ -

'द पॉवर ऑफ डार्कनेस' हे नाटक मनुष्याचा एकदा अध:पात होऊ लागला म्हणजे पापातून पाप उद्भवून तो किती अधम, नीच, दुष्ट व पाषाणहृदयी होतो, याचे हृदयभेदक चित्र आहे. पर्वताच्या शिखरावरून घसरलेला घोडा मध्ये न थांबता जसा दरीचा तळच गाठतो, त्याप्रमाणे नीतीच्या कड्यावरून एकदा मनुष्याचा तोल गेला की, तोही स्वत:ला सावरू शकत नाही. 'एकच प्याला' हे दारूचे परिणामकारक परंतु निराशापूर्ण नाट्य-चित्र आहे. त्याचप्रमाणे टॉलस्टॉयचा सदरहू कलिप्रभावही वाचकाला भीतीने स्तिमित करून सोडणारा, पण आशेचा किरण न दाखवणारा, असा आहे. त्यातील नायक एका म्हाताऱ्या शेतकऱ्याच्या घरी नोकरीला असतो. तो रोगी व वृद्ध शेतकऱ्याच्या बायकोला आपल्या पाशात ओढतो. शेतकऱ्याच्या पश्चात त्याची मालमत्ता मिळणार, या आशेने आधीच फसवलेल्या एका तरुणीशी लग्न करून घेण्याचे नाकारतो; आईच्या व प्रियकरिणीच्या साहाय्याने त्या म्हाताऱ्यावर विषप्रयोग करतो. त्याच्या पापाची धाव इथेच थांबत नाही. त्याच्या पापी प्रेमाची भागीदारीण अर्धांगी म्हणून राजरोसपणे त्याच्या पदरात पडल्यावर तिचा त्याला वीट येतो व घरात असलेल्या तिच्या तरुण व अविवाहित सावत्र मुलीभोवती तो जाळे टाकतो. त्याच्या पापाचे घडे पुरे भरल्यामुळे त्या सावत्र मुलीला मूल होते व ते गुप्त

रीतीने मारून पुरण्याची कामगिरी त्याला करावी लागते. हा भयानक व बीभत्स रसांनी परिपूर्ण असलेला भाग रंगभूमीच्या दृष्टीने त्याज्य असला तरी टॉलस्टॉयने अंत:करण पिळवटून निघेल, अशा प्रकारच्या कौशल्याने तो रेखाटला आहे; मुलाला मारण्याच्या वेळी त्याच्या मनाची होणारी बावरलेली स्थिती, 'मी मरणार नाही.' म्हणून निघून जायला लावण्याइतकी उचल खाणारी सदसद्विवेकबुद्धी, चोहीकडून अडलेल्या वाघिणीच्या क्रूरतेने ते कृत्य केल्यानंतर केवळ त्याच्या स्मरणाने त्याला वाटणारी भीती व होणारा भयंकर भास इत्यादि गोष्टी टॉलस्टॉयने वस्तुस्थितिदर्शक कुंचल्याने रंगवलेल्या असूनही कुशलतेच्या वाटतात.

शेवटी सदरहू नायकाच्या सावत्र कन्येचे लग्न ठरते, पण आयत्या वेळी केलेल्या पापाची स्मृती प्रबळ होऊन त्याला वाचा फोडते व आपले पाप कबूल करून तो त्याची शिक्षा भोगण्याला जातो, असे दाखवले आहे. हे नाटक 'मॅकबेथ' च्या पद्धतीचे आहे, असे म्हणता येईल. दुष्ट व अनीतिमान पुरुषांची चित्रे सगळेच नाटककार रंगवतात. मराठीत तर कलिपुरुषांचा कारखाना निघाला असून अधिक काळी कुळकुळीत मूर्ती कोण बाहेर काढतो, याबद्दल नाटककारांमध्ये अहमहमिका सुरू झाली आहे की काय असे क्षणभर वाटू लागते. कलिपुरुष अगर दुष्ट पात्र रंगवताना उज्ज्वल पार्श्वभूमीपुढे ते चित्र ठेवण्याची काळजी कोणीच घेत नाही.

टॉलस्टॉयच्या या नाटकातील विशेष हाच आहे की दुष्ट पात्राला नायक करून त्याच्या मनोरचनेची चिकित्सा करण्याचा त्याने प्रयत्न केला आहे. अनीतीच्या कर्दमात बुडत असतानाही, त्या पात्राला हृदय होते हे त्याने दाखविले आहे व ते हृदय का आणि कसे जागृत झाले, हेही सविस्तर दाखवण्याचा प्रयत्न केला आहे. शेवटच्या अंकांतील शेवटच्या प्रवेशात काळसर्पांना एकदम गोगलगाय करून सोडणाऱ्या आमच्या मराठी नाटककारांना याच्यापासून पुष्कळ शिकण्यासारखे आहे.

'कुणावर प्रीती करावी हे त्याला समजते', 'स्त्रीजातीची अब्रू घराच्या उंबरठ्यावरच ठेचाळून पडते' इत्यादि वाक्ये, म्हाताऱ्या ॲकिमची अशिक्षित पण सज्जन वृत्ती, इत्यादि गोष्टी वाचकांना विशेष आवडणाऱ्या आहेत. पापाच्या बीजाचा वृक्ष होऊ लागला की तो हाहा म्हणता वाढतो; करिता त्या बीजाला आपल्या मनोभूमीत आश्रय देऊ नये, हीच या नाटकाची शिकवण आहे.

- ४ -

'लाइट शाइन्स इन द डार्कनेस' या टॉलस्टॉयच्या नाटकाची प्रख्यात नाटककार बर्नार्ड शॉ यांनीही स्तुती केली आहे. समाजातील निरनिराळ्या माणसांचे संबंध कोणत्या प्रकारचे असावेत, गरिबांच्या जीवावर चैन करण्याचा श्रीमंतांना थोडा तरी हक्क पोचतो काय इत्यादि टॉलस्टॉयला अत्यंत जिव्हाळ्याच्या वाटणाऱ्या प्रश्नांना या नाटकात त्याने चालते बोलते स्वरूप दिले आहे. यातील नायक एक मोठा

जमीनदार आहे, पण प्रत्यक्ष श्रम करणाऱ्या शेतकऱ्यांनी अर्धपोटी राहावे आणि त्यांच्याकडून पैसे वसूल करून आपण अगर आपल्या कुटुंबाने त्याच्यावर मजा मारत बसावे, हे त्याला लाजिरवाणे वाटते. समतेचे तत्त्व त्याने आपल्या अंत:करणात पुरेपूर ठसवून घेतलेले असते. आपल्या जमिनीतील लाकडे परवनगीवाचून तोडणाऱ्या वाटेकऱ्यावर फिर्याद करू नये, इतके त्याचे मन कोमल झालेले असते. दुसऱ्या अंकातील त्याचे एक भाषण गरिबांविषयीच्या कळवळ्याने अगदी ओतप्रोत भरलेले आहे. तिकडे खेड्यात तापाने फणफणणारे शेतकरी उजाडताच कष्टाने कामाला लागत आहेत, तर इकडे शहरात त्यांच्याकडून खंड घेणारे लोक रात्रीच्या जलशाने जाग्रण झाल्यामुळे सूर्य डोक्यावर येईपर्यंत ढारढूर घोरत पडत आहेत; सकाळपासून संध्याकाळपर्यंत मरमर मरूनही गोरगरिबांच्या हातातोंडाचीही गाठ पडत नाही आणि ताटावरून पाटावर करणारे त्यांचे मालक त्यांच्याच श्रमावर गाणे-बजावणे, नाच-तमाशे यांच्यामध्ये पैसे उधळत आहेत, हे दृश्य पाहून त्याचे अंत:करण फाटून जाते. पदोपदी गरिबीला कवटाळण्याला त्याचे मन उत्सुक होत असते. पण त्याची बायको मुलांचे शिक्षण, मुलींची लग्ने इत्यादि कौटुंबिक प्रश्नांच्या चक्रव्यूहात त्याला पुन: पुन्हा अडकवून ठेवत असते. जुलमी सरकारचे पाय धरण्यापेक्षा हातात नांगर घेतलेला काय वाईट, असे नायक निकोलस पत्नीला विचारतो. पण सरकारी नोकरीचा मोह हा सर्व देशात सर्व काळी जबरदस्तच असतो. खुद्द निकोलसच्या मुलांना व आप्तेष्टांना त्याचे हे तत्त्वज्ञान अव्यवहार्य व वेडसर वाटते. आणि त्याचा उपदेश म्हणजे पालथ्या घागरीवर ओतलेले पाणी होतो.

पण त्याचा भावी जावई बोरिस हा मात्र अंत:करणाचा कोमल असल्यामुळे त्याला निकोलसच्या उपदेशातील सत्य कळून येते. सक्तीची लष्करी नोकरी करण्याचे तो नाकारतो. लष्करी अधिकाऱ्यांना तो बिनदिक्कत असे सांगतो की समाजातील सर्व दु:खांचे मूळ अशी दारू ज्या सरकारकडून विकली जाते, लोकांची अवनती करणारी व पृथ्वीवरील शांती नेहमी तलवारीच्या धारेवर अवलंबून ठेवणारी लष्करी नोकरी ज्या सरकारकडून तरुणांवर लादण्यात येते, त्या सरकारशी कोणत्याही रीतीने सहकार्य करण्याला आपण तयार नाही. बोरिसची रमणी अगर इतर आप्तइष्ट त्याचे मन वळवण्याचा खूप प्रयत्न करतात, पण त्याचा निश्चय अचल राहतो. शेवटी त्याचा तशाच स्थितीत अंत होतो. निकोलसच्या शिकवणीमुळे आपल्या मुलाचा सत्यनाश झाला, अशी समजूत झाल्यामुळे त्याची आई निकोलसला गोळी घालून मारते.

सदरहू नाटकाचे महत्त्व चटकदार कथानक अगर अन्य वाङ्मयांगे यांच्यावर अवलंबून नसून निकोलसचा स्वभाव रेखाटताना त्याच्या मनातील द्वंद्वांच्या बारीकसारीक छटा दाखविण्यात, त्याच्या सदसद्विवेकबुद्धीचे चित्र चितारण्यात आले आहे.

निकोलसपुढे उभा राहिलेला प्रश्न प्रत्येक जिवंत हृदयापुढे उभा राहिलाच पाहिजे. मेलेले अन्न खायला सवकलेले, इतरांच्या निढळच्या घामाने आपल्या कपाळीची भाग्यलतिका शिंपून घेणारे हरीचे लाल दुर्दैवाने कुठल्याही देशात थोडे नाहीत. गरिबांनी रक्ताचे पाणी करावे व ते पैशाच्या रूपाने घेऊन चैनीला चटावलेल्या सोकाजीरावांनी पाण्यासारखे उधळावे, हा देखावा दररोज खेड्यात दृष्टीला पडू शकेल. त्याला आळा पडल्याखेरीज, गरिबांची मुकी दुःखे श्रीमंतांनी हृदयाच्या कानांनी ऐकल्याखेरीज, स्वतःच्या श्रमाची मीठभाकरी ही वडिलोपार्जित अगर अन्यायोपार्जित श्रीखंडपुरीपेक्षा शतपटीने सात्त्विक असते, हे तत्त्व उमजल्याखेरीज, गरिबांची गांजणूक कमी होणे शक्य नाही. गांधीजींचा साधेपणाचा उपदेश, चरख्याची शिकवण, अस्तेय व्रताचे माहात्म्य या सर्वांच्या मुळाशी टॉलस्टॉयने रंगवलेली निकोलसची मनोवृत्तीच आहे. या मनोवृत्तीचे मनन प्रत्येकाने करणे अवश्य आहे.

- ५ -

'फ्रुट्स ऑफ एनलाइटमेंट' हे नाटक थोडे गमतीदार आहे. मराठीत त्याचे भाषांतर केले तर ते परलोकविद्याविशारद श्री ऋषी यांनाच अर्पण करावे लागेल. या नाटकातील जमीनदार गरीब कुळांना जमिनीची भारी किंमत सांगतो व त्या परत द्यायला तयार नसतो. या जमीनदाराच्या घरात असलेल्या एका दासीचे या गरीब शेतकऱ्यांपैकी एकाच्या मुलावर प्रेम बसलेले असते. या लग्नात सासऱ्याची संपत्ती मिळविण्याकरता जमीनदाराच्या परलोकविद्येवरील विश्वासाचा ती फायदा घेते आणि आपल्या वल्लभाच्या साहाय्याने परलोकातील व्यक्तीच्या दर्शनाचे व सूचनांचे नाटक व्यवस्थित पार पाडते. या परलोकविद्येमुळे तिला इहलोकातील अपेक्षित सुख मिळते, हे मात्र खरे.

'द लाइव्ह क्रॉप्स' हे नाटक भावनेच्या दृष्टीने उत्कट व एका महत्त्वाच्या प्रश्नाचा विचार करणारे असे आहे. त्यातील नायकाचे आपल्या पत्नीवर प्रेम नाही असे नाही, पण त्या प्रेमात जिवंतपणा भासत नाही. तो म्हणतो, 'तिच्या सहवासात मिळणाऱ्या कौटुंबिक जीवनाने माझे समाधान कधीच झाले नाही. आपले काही तरी हरपले आहे, या भावनेने मी तळमळत असे व ते मिळवण्याकरिता माझे मन सैरावैरा धावत असे.' शेवटी आपल्या बायकोला तिचे ज्याच्यावर लग्नापूर्वी प्रेम होते, त्याच्याशी लग्न करून सुखाने राहता यावे, म्हणून तिच्या मार्गातील आपला काटा आत्महत्या करून काढण्याचा प्रयत्न करतो. त्याला आत्महत्या करण्याचा धीर होत नाही, पण त्याचबरोबर ज्या बायकोला आपण काडीइतकेदेखील सुख देत नाही, तिला दुःखात ठेवण्यापलीकडे आपल्या जिवंत राहण्याचा अधिक काहीच उपयोग नाही हे ध्यानात आणून तो जिवंतपणीच आपण आत्महत्या केली आहे असे सर्वांना भासवतो व दूर जाऊन राहतो. पुढे त्याचे खरे नाव-गाव उघडकीला येऊन तो, त्याची पत्नी व तिचा पुनर्विवाहित पती ही सर्वच कायद्याच्या कैचीत सापडतात. त्या ठिकाणी नायक आत्महत्या करून केवळ

आपलीच नव्हे तर बाकीच्या दोघांचीही सुटका करतो.

हा घटस्फोटाचा प्रश्न इतका विचित्र रीतीने जरी आपल्या समाजात अद्यापि उत्पन्न झाला नसला तरी विषय विवाहाच्या रूपाने त्याचे अस्तित्व समाजाला पदोपदी जाणवत आहे. नवऱ्याला आवडत नसल्यामुळे त्याने टाकून दिलेल्या अशा कित्येक बायका डोळ्यांतील पाण्यात धर्माच्या भाकरीचा तुकडा भिजवून खात आहेत. घर म्हणजे आनंदाचे साम्राज्य ही व्याख्या साफ चुकीची वाटेल, असे संसारही काही थोडेथोडके आढळत नाहीत. पती-पत्नीच्या स्वभावाची समरसता झाल्यावाचून संसार आनंदमय होणे शक्य नाही.

टॉलस्टॉयने या नाटकातील मुख्य तीन पात्रे फार कुशलतेने रंगवली आहेत. त्यातील कोणीही दुष्ट, व्यभिचारी अगर स्वभावतः स्वार्थी नाही. नायकाला नायिकेच्या सहवासात मिळणारे सुख अपूर्ण आहे, त्यात काही तरी कमी आहे असे वाटते. त्याच्या या प्रवृत्तीमुळे तो आपला बराच वेळ गाणाऱ्या कोल्हाटणी, दारू इत्यादिकांच्या सहवासातच घालवतो. अशा पतीपासून तिळमात्रही सुख मिळणे शक्य नसल्यामुळे पूर्वपरिचित उपनायकाकडे नायिका सहानुभूतीच्या दृष्टीने पाहू लागते. त्याच्या प्रेमाचे अशा रीतीने पुनरुज्जीवन होते. या प्रेमसंगमाला आपला अडथळा येऊ नये म्हणून जिवंतपणीच नायक नामदृष्ट्या मृतावस्था स्वीकारतो. तिन्ही माणसे माणसेच आहेत. केवळ दैवी गुणांची कसोटी लावली तर प्रत्येकात दोष आढळतील पण मनुष्य या दृष्टीने पाहिले तर प्रत्येकाचे वर्तन स्वाभाविकच वाटते. गुणांचे पुतळे अशी पात्रे रेखाटून त्यांच्या विषयी वाचकांच्या मनात आदर उत्पन्न करण्यापेक्षा हाडामासांची चुकणारी माणसे चित्रित करून त्यांच्याविषयी सहानुभूती निर्माण करणे, हे काम निःसंशय अधिक कौशल्याचे आहे.

या नाटकातील नायकांचे, स्वदेशस्थितीचे व त्यातील तरुणांपुढील मार्गांचे वर्णन मोठे मार्मिक आहे. तो म्हणतो, 'आजकाल तरुणांपुढे अवघे तीनच मार्ग आहेत. पहिला, सरकारची रुपेरी बेडी पायात अडकवून घेणे, खूप पैसा मिळवणे, आणि ज्या दुःस्थितीत आपण राहत आहोत तिचा डोंगर अशा रीतीने उंच करायला मदत करणे. या मार्गांची माझ्यासारख्याला शिसारीच आली. दुसरा, ही दुःस्थिती नाहीशी करण्याकरिता जीवाचे रान करणे. ते वीरपुरुषच करू शकतो; मी पडलो सामान्य मनुष्य! तिसरा, हे सर्व नाचरंग तमाशात विसरून जाणे! मी त्याचाच अवलंब केला आहे. तरुणांच्या जीवितप्रवाहांची ही त्रिविध मीमांसा आजच्या हिंदुस्थानाला लावली तर काय निष्कर्ष निघेल बरे?

◆

श्रीपाद कृष्ण कोल्हटकर

यंदाचे साहित्य संमेलन म्हणजे एक त्रिवेणी संगम आहे. कोल्हटकर व केळकर हे साहित्याचार्य त्याचे अध्यक्ष व स्वागताध्यक्ष असून त्याची बैठक मराठीचे माहेरघर जे पुणे तिथे होणार आहे. साहित्यसंमेलनात सरस्वतीपेक्षा लक्ष्मीचाच आजपर्यंत अधिक मानमरातब ठेवला जात असे. कोल्हटकरांच्या निवडणुकीमुळे ही रूढी जशी मोडली तशीच कागदी घोडे नाचवण्याचीही मोडो म्हणजे झाले.

श्रीपाद कृष्णांचे वय आज ५६ वर्षे असून त्यांपैकी ३० वर्षे त्यांनी महाराष्ट्रसरस्वतीची एकनिष्ठ उपासना केली आहे. १० स्वतंत्र नाटके, २ नावीन्यपूर्ण कांदबऱ्या, ३२ विनोदप्रचुर लेख, सुमारे ४० मार्मिक टीकात्मक व चर्चात्मक निबंध, ४ लघुकथा, १६ स्फुट कविता व एक ज्योतिर्विषयक निबंध इतका त्यांचा वाङ्मयसंसार आहे. ग्रंथसंपत्तीच्या दृष्टीने हरिभाऊ व तात्यासाहेब केळकर यांच्याखेरीज दुसरा कोणीही वाङ्मय निर्माता त्यांच्याइतका श्रीमान नाही. हरिभाऊंपेक्षा कोल्हटकरांत वैचित्र्य व कल्पकता जास्ती आहेत व केळकरांपेक्षा कलाविलास अधिक आहे.

विष्णुशास्त्र्यांना मराठी-भाषेचे शिवाजी म्हणण्याचा प्रघात आहे. श्रीपाद कृष्ण या वर्धिष्णु भाषेचे पहिले बाजीराव होत. वाङ्मयातल्या नव्या नव्या प्रांतांत त्यांनी धडाडीने प्रवेश केला व ते लीलेने पादाक्रांत केले. त्यांची शिष्यपरंपरा फार मोठी आहे. 'कृपाचि ज्यांची कारण केवळ मम पामर वचनाते' असं त्यांच्याविषयी गडकऱ्यांनी उद्‌गार काढलेले आहेत. भररस्त्यावर साष्टांग नमस्कार घालून वरेरकर त्यांच्याविषयीचा आदर व्यक्त करतात. वि.सी.गुर्जर यांच्या वाङ्मयविषयक अभिरुचीवर त्यांच्या लेखनाचे संस्कार झाले आहेत. माडखोलकर, खांडेकर वगैरे सध्याचे लेखक त्यांना गुरुस्थानी मानत आले आहेत. विद्यमान कवींनाही त्यांच्याविषयी सादर प्रेम वाटते. वैनतेयाच्या तिसऱ्या वर्षाच्या विशेषांकात माधव ज्युलियन यांची 'वृद्ध कवि' या नावाची जी कविता आली आहे, ती महाराष्ट्रात पूर्णपणे कुणाला लागू

पडेल तर ती तात्यासाहेब कोल्हटकरांनाच.

'वधूपरीक्षा' हे त्यांचे नाटक गुंतागुंतीचे कथानक कौशल्यपूर्वक गुंफण्याच्या दृष्टीने अप्रतिम आहे, तर 'सहचारिणी' हे शेरिडन व काँग्रीव्ह यांच्या पद्धतीचे विनोदी नाटक या दृष्टीने चांगले आहे. त्यांच्या प्रत्येक नाटकात एक ना एक नवा गुण आढळतोच. आमचा प्रेक्षकवर्ग धांगडधिंग्याला लालचावलेला व नटवर्ग यथातथाच असल्यामुळे त्यांची नाटके रंगभूमीवर व्हावी तशी यशस्वी झाली नाहीत, पण वाङ्मयदृष्ट्या ती केव्हाही वरच्याच दर्जाची ठरतील.

कंदन, सरोजिनी, कांता, विहार इत्यादि पात्रांच्या स्वभावरेखाटनात त्यांनी अप्रतिम चातुर्य दाखवले आहे. त्यांची भाषा खाडिलकरांप्रमाणे दिवसासारखी तेजस्वी पण रखरखीत अगर गडकऱ्यांप्रमाणे रात्रीसारखी वैभवशाली पण दुर्गम नाही. ती संध्येसारखी मुग्धमधुर व सहजसुंदर आहे. त्यांच्या नाटकांतील संवाद ओघपरिपूर्ण व चटकदार असतात. नाट्यरचनेच्या दृष्टीने पाहिले तर सामाजिक विषय, स्वगत भाषणांकडे ओढा नसणे, स्थल-काल व पात्रे यांची काटकसर, इत्यादि गुणांच्या दृष्टीने महाराष्ट्रात प्रगतीचा सौंदर्यपूर्ण मार्ग दाखवणारे नाटककार श्रीपाद कृष्णच होत.

कादंबऱ्यांची काव्यमय प्रौढ भाषा, विनोदी लेखांची सुलभ, रसाळ व चटकदार भाषा, नाटकांची ललित व संवादानुकूल भाषा या एकाच लेखणीतून उतरल्या असतील असे क्षणमात्र कुणाला खरं देखील वाटणार नाही. सौंदर्यलालसा, कल्पकता, कलाविलास, ध्येयतत्परता इत्यादि बहुविध गुणांनी त्यांची वाङ्मयसृष्टी नटलेली आहे.

गवयाचे पोर रडले तरी ते तालासुरातच रडते अशी म्हण आहे. त्याप्रमाणे प्रतिभाशाली व सामर्थ्यवान लेखकाने काहीही लिहिले तरी ते वाचनीयच असते. तथापि कोल्हटकरांच्या लेखनाची गोडी लागावी म्हणून नवशिक्या वाचकांना जर मधाचे बोट दाखवायचे असेल तर त्यांच्या हातात 'मूकनायक' नाटक ठेवले म्हणजे पुरे. या मूकनायकानेच आपल्या पित्याचा महाराष्ट्रातील रसिक विद्वानात प्रथमतः बोलबाला केला. मूकनायकाच्या खालोखाल 'मतिविकार', 'प्रेमशोधन' व 'जन्मरहस्य' यांचा उल्लेख केला पाहिजे.

गोष्टीत 'गरीब बिचारे पाडस', कादंबऱ्यात 'श्यामसुंदर', कवितात 'एका स्त्रीची पर्जन्यविषयक कल्पना' व 'सुखकर जागृति', विनोदी लेखात 'चोराचे संमेलन', 'साधुसंत', टीकात्मक निबंधात 'तोतयाचे बंड' व 'रागिणी व तिची भावंडे' यांची प्रतिनिधी म्हणून निवड केली असता वावगे होणार नाही.

◆

श्रीपादांची कलावती वाणी

नवा महाराष्ट्र व श्रीपाद कृष्ण कोल्हटकर यांचा जन्म बरोबरच झाला, असे म्हणायला हरकत नाही. १८१८ त दुसऱ्या बाजीरावाने मालकम साहेबाला राज्यदान करताना जे पाणी सोडले, त्यात पारतंत्र्यामुळे तिळतिळ तुटणाऱ्या पण स्वराज्य परत आणायला असमर्थ असलेल्या अंत:करणांची भर पडली व स्वराज्यादि गतगोष्टींनाही तिलांजली देऊन जनता त्यांच्या पुनर्जन्माकडे डोळे लावून बसली. १८५७ मध्ये समरकुंडात अग्नी पेटवून व त्याला अनंत आहुती देऊन प्रसन्न करण्याचा प्रयत्न झाला. प्रसाद म्हणून या अग्नीकडून स्वराज्य मिळेल अशी अनेकांची अपेक्षा होती. पण समरकुंडातून स्वातंत्र्यलक्ष्मी प्रकट होण्याइतकी तपश्चर्या राष्ट्राने केली नव्हती म्हणून असो अगर अन्य कारणांनी असो, हा प्रयत्न यशस्वी झाला नाही एवढे खरे. तथापि बंडाच्या ज्वाळा भडकण्याच्यापूर्वीच महाराष्ट्राला पुनर्जन्म देण्याकरता अवतरलेल्या टिळक-आगकरांचे पाळणे रत्नागिरीच्या समुद्राजवळ व कऱ्हाडच्या कृष्णेजवळ हलू लागले होते. पिकेलेली पाने गळून पडण्याच्या आधीच नवी पालवी फुटावी, शेवटच्या तारका मावळण्यापूर्वीच उषेचा उदय व्हावा त्याप्रमाणे जुन्या महाराष्ट्राचा युद्धाग्नी विझण्यापूर्वीच नव्या महाराष्ट्राचे पाणी बालक्रीडा करणाऱ्या मुलांच्या डोळ्यात का होईना चमकू लागले होते. झाशीच्या सिंहिणीची गर्जना थांबण्यापूर्वीच 'स्वराज्य हा माझा जन्मसिद्ध हक्क आहे' ही सिंहगर्जना करण्याकरता जन्माला आलेला बालकेसरी अस्फुट शब्द बोलू लागला होता.

नव्या महाराष्ट्राचे बीजारोपण बंडापूर्वीच झाले असले तरी त्याला अंकुर फुटायला १८७०-८० या दशकातच सुरुवात झाली. याच वेळी महर्षी रानड्यांनी आपल्या तपश्चर्येला सुरुवात केली; मराठी भाषेच्या शिवाजीनी निबंधमालारूपी भवानी उचलून वाङ्मयातला अज्ञात प्रदेश मराठीच्या ताब्यात आणून देण्याचा विडा उचलला. आगरकर-टिळक या बुद्धिमान तरुणांनी 'शिक्षण हेच रक्षण' हे नव्या मनूचे तत्त्व ओळखून स्वार्थावर लाथ मारली आणि पहिल्या खासगी शिक्षणसंस्थेची स्थापना

केली. नव्या काळात वृत्तपत्र हेच शस्त्र असल्यामुळे या स्वार्थत्यागी तरुणांनी जनतेच्या सेवेला 'केसरी' सादर केला. स्वदेशीचे आद्य पुरस्कर्ते सार्वजनिक काका, पुनर्विवाहाचे सशास्त्र मंडन करणारे विष्णुशास्त्री पंडित, मराठी नाट्यकलेला दशावताऱ्यांच्या तडाक्यातून सोडवून तिला नवीन मोहक रूप देणारे अण्णा किर्लोस्कर इत्यादि भिन्न क्षेत्रात पहिली नांगरणी करणाऱ्या पण महाराष्ट्राला सारख्याच वंद्य असलेल्या विभूतींचे कार्यही याच दशकात सुरू झाले.

नव्या महाराष्ट्राच्या प्रगतीला आवश्यक असलेले विविध कार्यांचे अंकुर या दशकात स्पष्ट दिसू लागले. या अंकुरांना पाणी घालून त्यांची जोपासना करण्याचे, पुष्पसंपन्न वेलीत अगर फलसंपन्न वृक्षात त्यांचे रूपांतर करण्याचे काम पुढील पिढीचे होते. नव्या महाराष्ट्राच्या या प्रगतीला पुढील पिढीतील ज्या ज्या कर्तबगार व्यक्तींनी साहाय्य केले, त्यात वाङ्मयक्षेत्रात श्रीपाद कृष्ण कोल्हटकरांनी केलेले कार्य अद्वितीय आहे, याबद्दल दुमत होणेच शक्य नाही. लेखनाची स्फूर्ती निबंधमालेपासून मिळालेली, आवडीच्या कार्यक्षेत्रात जाण्याकरिता राजरस्ता अण्णा किर्लोस्करांनी तयार करून ठेवलेला, विचारांचे बाळकडू रानडे-आगरकर यांनी पाजलेले. अशी पूर्वतयारी असलेल्या श्रीपद कृष्णांनी आपला प्रसिद्ध झालेला असा पहिला लेख वयाच्या एकविसाव्या वर्षी (१८९२) एल.एल.बी चा अभ्यास करत असताना लिहिला. 'विक्रम शशिकले'सारख्या लोकप्रिय पण वाङ्मय व सद्भिरुची या दोन्ही दृष्टींनी हिणकस अशा नाटकावरील टीका हा श्रीपाद कृष्णांच्या वाङ्मयगंगेचा उगम होय. महाराष्ट्र शारदेला हा पहिला प्रणाम करून त्यांनी तिची एकनिष्ठेने आराधना करायला सुरुवात केली. आपले अकरावे नाटक 'श्रमसाफल्य' त्यांनी १९२८ साली लिहिले. तीन तपांच्या या अव्याहत पूजनात त्यांनी सरस्वतीवर इतकी विपुल, विविध वर्णांची व भिन्नभिन्न सुगंधांची फुले वाहिली की मातृभाषेची अशी पूजा करण्याचे भाग्य दर पिढीत एखाद्याच साहित्यसेवकाला लाभत असेल. बारा नाटके, दोन कादंबऱ्या, चार लघुकथा, सोळा स्फुट कविता, बत्तीस विनोदी लेख, पन्नास लहान मोठे परिणामात्मक, टीकापर अगर विवेचनपूर्ण लेख व निबंध आणि एक ज्योतिर्गणितावरील ग्रंथ एवढी त्यांची साहित्यसंपत्ती आहे. या वाङ्मयभांडारापैकी 'मूकनायक' हे नाटकरत्न अगर सुदाम्याच्या पोह्यांच्या मौक्तिकमाला एवढ्यावरच त्यांची मालकी असती तरीदेखील पहिल्या प्रतीच्या वाङ्मयसेवकात त्यांची गणना झाली असती. चरितार्थाचा व्यवसाय म्हणून गेली एकतीस वर्षे ते वकिली करत आहेत. पण स्त्रीवर्गाची, अस्पृश्यांची, रंजल्यागांजलेल्यांची त्यांनी आपल्या लेखणीने जी वकिली केली आहे, तिचा अभिमान मराठी भाषेला सदैव वाटेल. विरुद्ध बाजूच्या साक्षीदारांना ते छेडत असतील, पण ही कुशलता इतर शेकडो वकिलातही आढळून येईल. दुष्ट रूढीवर त्यांनी ज्या कळकळीने व बुद्धिमत्तेने शस्त्र चालवले तिची सर

करणारा त्यांचा व्यवसायबंधू शोधून काढणे मात्र कठीणच नव्हे तर अशक्य आहे.

श्रीपाद कृष्णांचे 'वीरतनय' रंगभूमीवर आले त्या वेळी देवल 'शापसंभ्रमा'तून बाहेर पडले होते. दुर्गा, झुंजारराव ही इंग्रजी रक्ताची व 'विक्रमोर्वशीय', 'मृच्छकटिक', 'शापसंभ्रम' ही संस्कृत गोत्राची नाटके त्यांनी मराठीच्या मांडीवर आणून बसवली होती. जगात दत्तक जाणारा व घेणारा यांचे बहुधा पटत नाही, असा अनुभव आहे. पण देवलांमध्ये मध्यस्थाची कुशलता भरपूर असल्यामुळे संस्कृतसारख्या स्वगोत्रातीलच नव्हे तर इंग्रजीसारख्या परगोत्रातील अपत्यांचाही त्यांनी मराठीशी इतका एकजीव करून टाकला की या दत्तक प्रकरणाची माहिती नसलेल्याला ती तिची पोटची मुलेच वाटावीत. भाषांतर अगर रूपांतर यांचे कलम मूळ मराठीवर करण्यात देवलांचा हात धरणारा अद्यापिही कोणी झाला नाही. या कलमांनी त्यांनी मूळ झाडाच्या फळात अधिक गोडीही आणली. या सर्व गोष्टी खऱ्या असल्या तरी दुभाष्याला जशी वक्त्याची सर येत नाही, त्याप्रमाणे भाषांतर अगर रूपांतर करणारा लेखक स्वतंत्र लेखकाच्या दर्जाचा ठरत नाही. पांगुळगाडा हाती घेऊन मूल सफाईने धावू लागले म्हणून मोठ्या माणसाच्या चालण्याशी त्या धावण्याची तुलना होईल काय? प्रगतीच्या पर्वतावर चढण्याची पाळी आली की पांगुळगाड्याची गती खुंटलीच म्हणून समजावे. उसन्या भांडवलावर व्यापार करणाराची कमाई पूर्णपणे त्याच्याच हातात कधीही राहत नाही. भाषांतरे व रूपांतरे करणाऱ्या लेखकांची हीच स्थिती होते. त्यांची श्रीमंती मार्मिक वाचकांना लुळीपांगळी वाटते व ते धडक्याकड्या स्वतंत्रतेलाच अधिक मान देतात. टोचून घातलेल्या औषधांनी थोडासा गुण वाटला तरी शरीरयंत्र आतूनच दुरुस्त झाल्यावर जी हुशारी येते तिची कल्पनादेखील पहिल्या प्रकाराने येणे शक्य नाही. 'शापसंभ्रमा'पर्यंत मराठी रंगभूमीवर भाषांतराचे साम्राज्य होते; श्रीपाद कृष्णांच्या 'वीरतनया'ने स्वातंत्र्याचा झेंडा तेथे रोवला व त्या निशाणाखालीच पुढील नाट्यसेवक गोळा झाले.

राजकारणाप्रमाणे वाङ्मयातही पारतंत्र्य अत्यंत मारक असते. भाषेची वाढ नव्या कल्पना, नवीन कलाकुसर, नवीन विचारांचे प्रतिपादन व नवीन मार्गांचे शोधन इत्यादिकांच्याद्वारे होत असते. एखाद्या मुलाच्या अंगावर आपल्या मालकीची कुंचीटोपी घातली म्हणून ते मूल काही आपले होत नाही. भाड्याचे घर आपण कितीही नटवले, सजवले तरी ते घर बांधल्याचे श्रेय आपणाला कोणीही देणार नाही. भाषांतर-रूपांतराचे असेच होते. कथानक उसने, कल्पना दुसऱ्याच्याच, विषय प्रतिपादन करण्याची दृष्टी परकीच! कलादृष्ट्या काही फरक केला तर गणपतीचा मारुती होण्याची भीती! राजकीय पारतंत्र्यात जितके आपले बुद्धिसर्वस्व ज्याप्रमाणे कारकुनीत अगर तत्सम नोकऱ्यात खर्च करावे लागते, त्याप्रमाणे भाषांतरकाराची सर्व प्रतिभा बहिरंग सुशोभित करण्यात व भाषेच्या ठाकठिकीत अडकून पडते.

सर्कशीतल्या सिंहाकडून स्वतंत्र वनराजाच्या पराक्रमाची अपेक्षा करणे व भाषांतरकर्त्या लेखकाकडून साहित्याला नवीन वळण लागण्याची आशा करणे या दोन्ही गोष्टी सारख्याच शहाणपणाच्या आहेत. श्रीपाद कृष्णांनी हे मर्म अचूक ओळखले व 'स्वतंत्र लेख हा माझा जन्मसिद्ध हक्क आहे' ही जाणीव मराठी नाटककारांना करून दिली. कालिदास, शूद्रक अगर शेक्सपीयर, शेरिडन हे मोठे नाटककार खरे पण त्यांच्याकडून उसनी घेतलेली शिदोरी फार दिवस पुरणेच शक्य नव्हते. पडेल तो चढेल या न्यायाने स्वतंत्र रचनेत प्रथमत: अपयश आले तरी लेखकाची प्रतिमा व त्याच्या साहित्याची अभिवृद्धी या दोहोंच्याही दृष्टीने स्वतंत्र रचनाच सद्य:फलदायी नसली तरी अंती कल्याणकारकच असते. निबंधात विष्णुशास्त्र्यांनी, स्फुट कवितेत केशवसुतांनी व कादंबरीक्षेत्रात हरिभाऊंनी स्वतंत्रतेची कास धरली म्हणूनच त्यांना नव्या संप्रदाय स्थापनेचे श्रेय व ग्रंथकर्तृत्वाचे यश मिळाले.

कथानक, स्वभावरेखन, भाषा, विनोद, नाट्यविषय वगैरे सर्वच बाबतीत कोल्हटकरांनी स्वतंत्र मार्ग काढला. निव्वळ भाषांतरे सोडून दिली तर पौराणिक अगर ऐतिहासिक नाट्यविषयांवर रचना करण्याकडेच लेखकांचा त्या वेळी कल होता. श्री. खाडिलकर ज्या रसोत्कट अगर तत्त्वशोधक दृष्टीने पौराणिक व ऐतिहासिक विषयांची मांडणी करतात, त्या दृष्टीचा प्राय: अभाव असल्यामुळे पौराणिक कथानकाची कुबडी लेखकाच्या प्रतिभेचा पंगूपणा व्यक्त करण्याच्या कामीच उपयोगी पडे. श्रीपाद कृष्णांचे 'शिवपावित्र्य' हे ऐतिहासिक नाटक वगळल्यास त्यांच्या इतर सर्व नाटकांची कथानके स्वतंत्र आहेत. स्वतंत्र कथानक कल्पिण्याची शक्ती नसेल तर सामाजिक विषयांना नाटककाराला हातच घालता येणार नाही. शेक्सपीयरने जुन्या कथांच्या पायांवरच आपली मंदिरे उभारली व कालिदासाचे शाकुंतल महाभारतातील गोष्टीवरूनच रचले आहे, इत्यादि ठरावीक दाखले देऊन स्वतंत्र कथानकाला विशेष महत्त्व नाही, असे कित्येक लेखकांकडून प्रतिपादण्यात येते. कथानकाचा सांगाडा मिळाला तरी त्याचा चालता बोलता प्राणी करून दाखवायलाही प्रतिभेची संजीवनी लागते, ही गोष्ट कोणीही कबूल करील. पण स्वतंत्र कथानक कल्पिणे ही गोष्ट मात्र दिसते तितकी सोपी नाही. त्याला जितकी सूक्ष्म निरीक्षणशक्ती तितकीच उच्च कल्पकता लागते. रसिकता व मार्मिकता आणि निर्माणशक्ती व परीक्षणशक्ती यांची सुंदर सांगड पडली तरच निर्दोष कथानक तयार होते. स्वतंत्र कथानकांवरच नाट्यरचना करायची असा बाणा कोल्हटकरांनी बाळगला नसता तर नवे विषय, नवी स्वभावचित्रे, समाजाच्या सद्य:स्थितीवरील कथानके इत्यादि गोष्टींचा नाट्यवाङ्मयात आजच्याइतका शिरकाव मुळीच झाला नसता. कोल्हटकर सांप्रदायाच्या वरेरकर व गडकरी या दोन उच्च दर्जाच्या नाटककारांनी नाटकाकरिता घेतलेले स्वतंत्र विषय, सामाजिक सुधारणेला परिपोषक अशी केलेली नाट्यरचना इत्यादि गोष्टी पाहिल्या

म्हणजे स्वतंत्र कथानकाचा पायंडा पाडून कोल्हटकरांनी मराठी नाट्यवाङ्मयाचे क्षेत्र व्यापक केले असेच कोणीही म्हणेल.

कोल्हटकरांची बहुतेक व गडकऱ्यांची निम्मीशिम्मी कथानके अद्‌भुतरम्य आहेत. जो जो नाटककाराची प्रतिभा अधिक उज्ज्वल तो तो नाटकातील सत्यापेक्षा सौंदर्याचा विकास करण्याकडे त्याचा ओढा जास्ती. कोल्हटकर सामाजिक सुधारणेचे कट्टे पुरस्कर्ते असले तरी कल्पनेच्या इंद्रजालात सापडल्यानंतर त्यांना इष्ट सुधारणेचे भान राहत नाही. त्यांची कथानके चमत्कृतिजनक, रहस्यपूर्ण, संमिश्र व अद्‌भुतरम्य आहेत, याचे कारण त्यांची सौंदर्यपर कल्पकता हेच आहे. त्यांच्या अद्‌भुतरम्यतेवर अनार्यत्वाचा व रहस्यप्रवणतेवर रसशून्य कोड्याचा आरोप करणारे लेखक निघालेले आहेत. एखादे कुत्रे पिसाळलेले आहे असे म्हटले की त्याला ठार मारायला कोणीही हरकत करत नाही. त्याप्रमाणे इंग्रजी राजवटीमुळे ज्यांच्यात नावाखेरीज काहीच आर्यत्व उरले नाही असे वाचक प्रेक्षकही 'अनार्य' या गिल्ल्याने बिचकून जाऊन एखाद्या नाटकाला झोडपायला परवानगी देतात, अशी असल्या लेखकमहाशयांची कल्पना असावी. बाकी जिथे तळिरामासारखा मनुष्य दारू पिण्याच्या अड्ड्याला 'आर्यमंदिरामंडळ' हे नाव देतो, तिथे आपले नाटक अनार्य म्हटले जाणे हेच नाटककाराला भूषणावह आहे. वस्तुस्थितिदर्शन (Realism) व अद्‌भुतरम्यता (Romance) यात जमीनअस्मानाचे अंतर आहे. वस्तुस्थिती रेखाटताना प्रसंगी सौंदर्याची हानी करूनही सत्याकडे लक्ष पुरवावे लागते. अद्‌भुतरम्यतेत सत्य नसते असे नाही, पण ते चित्रित केलेल्या मानवी स्वभावापुरतेच असते. बाकी सर्व कल्पनेचा खेळ. ही कल्पना रहस्ये उत्पन्न करून लपंडाव खेळते, निरनिराळ्या विलक्षण प्रसंगांना एकत्र गुंफून विशिष्ट कथानकाच्या मर्यादेत फुगडी खेळायला लावते आणि कोट्या, कल्पना यांचे सागरगोटे खेळण्यात रममाण होते. अद्‌भुतरम्य कथानकाला स्थलकालाचे विशेष बंधन नसल्यामुळे स्वच्छंद वाहणाऱ्या वायूची आल्हादकारक वृत्ती त्यांच्यात आढळते. स्त्रीपुरुषांच्या गाठीभेटी व संभाषणे, तरुण-तरुणींच्या प्रेमाची चित्रे इत्यादि पाश्चात्त्य पद्धतीच्या दिसणाऱ्या गोष्टी कोल्हटकरांच्या नाटकात आढळत असल्यामुळेच जर ती अनार्य ठरत असतील तर खाडिलकरांचे मानापमानही अनार्य ठरणार नाही का? 'अक्काचेही लग्न व्हायचे नाही आणि बाबांचेही नाही; लग्न व्हायचे आहे माझे हो' हे उद्‌गार काढणाऱ्या भामिनीला आर्यकन्याच म्हणायची ना? अपरात्री धैर्यधराशी प्रेमालाप करणारी भामिनी आर्यवधू या सदराखाली येईल, अशी या आर्य लेखकांची खात्री आहे ना? लक्ष्मीधरासारख्या कुटाळांना कंड्या पिकवण्याची संधी देऊन वनमाला म्हणून धैर्यधरापाशी राहणारी भामिनी आर्यनीतिकोडाच्या कुठल्याही कलमाखाली गुन्हेगार ठरणार नाही ना? 'मानापमान' हे एक कल्पनारम्य नाटक आहे व त्यामुळे त्यांच्यातील वरील सर्व

प्रसंग स्वाभाविकच आहेत. 'आर्य' शब्दाने फसणारे लोक दिवसेंदिवस कमी होत आहेत. ही आर्यबाजी सोडून काल्पनिक नाटके याच दृष्टीने कोल्हटकरांच्या नाटकांकडे पाहिल्यास त्यात स्वतंत्र प्रतिभेने निर्माण केलेली किती तरी दृश्ये पाहायला मिळतील.

रहस्याचीही गोष्ट तशीच आहे. साधे कथानक दूधभाताप्रमाणे अळणी लागते म्हणून रहस्याचा मीठमसाला भरण्याकडे खाडिलकरांचीदेखील प्रवृत्ती आहे; नाही तर स्वयंवरात तरुण कृष्णाला वृद्ध गवळी करून त्यांनी कशाला आणले असते? 'प्रेमशोधन', 'जन्मरहस्य', 'मूकनायक' वगैरे नाटकात रहस्यांचा रसोत्कर्षाकडे व स्वभावचित्रणांकडे कोल्हटकरांनी कसा उपयोग करून घेतला आहे याची ज्यांना कल्पना असेल ते त्यांच्या रहस्यप्रवणतेबद्दल त्यांना कधीही दोष देणार नाहीत. रहस्याचा प्रसंग व स्वभाव यांच्याशी चांगला मिलाफ झाला म्हणजे नाटक कायम टिकणारा आनंद देऊ शकते. कथानकात भावनेइतकाच बुद्धीचा खेळ असावा लागतो हे तत्त्व उत्कृष्ट नाटकांच्या मीमांसेवरून सहज दिसून येईल.

श्रीपाद कृष्णांच्या नाटकांपूर्वी संगीत नाटकांवर संस्कृत नाटकांची व गद्य नाटकांवर इंग्रजी नाटकांची छाप होती. यामुळे संगीत नाटकात साहजिकच नायक-नायिकांच्या प्रेमाला प्राधान्य देण्यात येई. या प्रणयप्रसंगातील कंटाळवाणा ठरावीकपणा श्रीपाद कृष्णांनी पहिल्या झपाट्याला नाहीसा केला. नायक-नायिका सर्वगुणसंपन्न, एकमेकांवर पूर्णपणे अनुरुक्त, त्यांच्या विवाहाला अडथळा काय तो दुसऱ्याचा, या रूढीमध्ये कथानकाचा जिवंतपणा पिळून टाकला जात असे. मूकनायकात नायक-नायिकांची नावीन्यपूर्णरीतीने गाठ घालून ठरावीक चाकोरीतून जाणाऱ्या प्रणयाला त्यांनी स्वतंत्र, सरस व मनोहर असा मार्ग काढून दिला. कथानके व प्रसंग नवीन असल्यामुळे मानवी स्वभावाची नवी नवी अंगे त्यांना रेखाटता आली. रूप, पांडित्य वगैरे गुणांनी युक्त पण दरिद्री अशा आपल्या भावाच्या सेवकाला माळ घालावी की नाही हा राजकन्या सरोजिनीला पडलेला पेच जितका स्वाभाविक तितकाच स्वभावदर्शक नाही काय? स्त्री अगर पुरुष यांपैकी कुणालाच पुनर्विवाहाची जरुरी नाही असा सिद्धान्त संसारसुख उपभोगणारा विहार ठोकून देतो, पण तरंगिणी मृत झाल्याची वार्ता कळल्यावर एका महिन्याच्या आतच बुरखेवाल्या कल्याणीला पाहून त्याच्या तोंडाला पाणी सुटते व त्यात पूर्वी उच्चारलेले वाक्य कुठल्याकुठे वाहून जाते! भावाची गादी व अर्धांगी मिळवण्याकरिता त्याचा खून करायला उद्युक्त झालेला कंदन इंदिरेच्या प्रेमपाशात सापडतो. या प्रेमाच्या परिसाने त्याचे लोखंडी मन सोन्याचे होते व भावाला वाचवण्याकरिता शेवटी तो आत्मदान करतो! जन्मरहस्यातली कांता रघुनाथ शूद्र आहे, हे कळताच त्याच्यावर तुटून पडते पण रागाचा भर ओसरताच खऱ्या प्रेमाची जात जातीचे प्रेम मानत नाही, हे सिद्ध करून आपल्या शूद्र सासूसासऱ्यांची सेवा करायला तयार होते. ही सर्व स्वभावचित्रे कोल्हटकरांनी

कौशल्याने रेखाटली आहेत.

श्रीपाद कृष्णांच्यापूर्वी संगीत नाटकातील काव्य, कल्पनाचमत्कृती, चर्चा, विषयप्रतिपादन वगैरे गोष्टी सहसा नसत व क्वचित असल्याच तर त्या इतक्या अल्पप्रमाणात असत की गर्द अंधारातील काजव्याच्या चमचमण्याप्रमाणे त्यांचे अस्तित्व वाटे. श्रीपाद कृष्णांच्या 'वीरतनय' - 'मूकनायका'पासून ही स्थिती पालटली. गद्यात गोष्ट सांगायची व पद्यात चंद्रकमळांच्या उपमा - उत्प्रेक्षा भरायच्या अशा पद्धतीने वाचकांच्या विचारांची वाढती भूक भागणे शक्यच नव्हते. श्रीपाद कृष्णांच्या नाट्यसंवादांनी एक नवे जग प्रेक्षकांपुढे ठेवले. मूकनायकातील सरोजिनी - विक्रांत व प्रतोद-वेत्रिका यांचे प्रवेश, 'मतिविकारा'तील मनोहर-सरस्वतीचे प्रवेश, प्रेम शोधनातील कंदन-इंदिरा यांचे प्रवेश सरस कल्पना, समुचित कोट्या, कथानक व स्वभाव यांच्या विकासाला साहाय्य करणारे संवाद इत्यादि विविध धाग्यांनी विणलेली सुंदर वस्त्रेच आहेत. त्यांच्या संवादांना निबंध अगर व्याख्यानांचे रूप प्रासादिक भाषा त्यांच्या संवादात नसली तरी ती सुश्लिष्ट, सुंदर, सरस व सुटसुटीत आहे. कलेच्या दृष्टीने सुंदर शरीरावरील वस्त्रेही सुंदर असणेच आवश्यक असते. नायकाच्या भाषेला या सौंदर्याची जोड देऊन श्रीपाद कृष्णांनी नाट्यवाङ्मयाला सर्वांगीण प्रगतीचा मार्ग दाखविला. कोल्हटकर व वरेरकर यांच्या कल्पनाशक्तीतील अंतर बाजूला ठेवले तर कोल्हटकरांच्या नाट्यसंवादाचे मर्म ओळखून साधी पण सरस संभाषणे लिहिण्यात वरेरकरांनीच इतर नाटककारांपेक्षा अधिक यश मिळवले आहे असे म्हणायला हरकत नाही.

मराठी नाटकातील पूर्वीचा विनोद विदूषकासारख्या खादाड पात्रांवर अवलंबून असे! कलेच्या दृष्टीने अत्यंत हिणकस अशा पात्रांवरच वाचक प्रेक्षक आपल्या विनोददृष्टीचे समाधान करत असत. गुणावगुणांनी संमिश्र अशा सृष्टीत काव्याइतकेच विनोदालाही स्वतंत्र विषय मिळतात, हे ओळखून कोल्हटकरांनी आपल्या नाटकातील विनोद रंगवला. हा विनोद त्या वेळी नवीन होता. म्हणूनच श्रीपाद कृष्णांची नाटके लोकप्रिय झाली, असे संशोधन नुकतेच करण्यात आले आहे. झोपाळू पात्रे प्रेताप्रमाणे रंगभूमीवरून नेण्यापलीकडे ज्यांना विनोदी प्रसंग सुचत नाहीत, त्यांनी कोल्हटकरांच्या सहजरम्य, विविध व सरस विनोदाला जुनापुराणा मानावे, हे आंधळ्याने शंकराला तीन डोळ्यांचा म्हणून हसण्याइतकेच विचित्र आहे. स्वभावातील हास्योत्पादक विशेष घेऊन तो अतिशयोक्तीच्या द्वाराने रंगवणे ही विनोदाची पहिली पायरी आहे - शृंगी, भृंगी, वंचक, विहंग, चंडी, खंडेराव कोतवाल, श्रीपती, म्हाळसा वगैरे पात्रात अशा प्रकारचा विनोद दृष्टीला पडतो. गडकऱ्यांचा बहुतेक विनोद याच पद्धतीचा आहे. खादाडपणा अगर झोपाळूपणा यांच्याभोवती घिरट्या घालणाऱ्या विनोदापेक्षा स्वभावविशेषावर अवलंबून असलेला विनोद कितीतरी उच्च दर्जाचा

असतो. पण असली पात्रे वेडसर अगर मूर्ख या सदरात जाण्याजोगी असल्यामुळे त्यांचा स्वभाव रंगवण्यात असामान्य कौशल्य लागत नाही. असल्या पात्रांचे प्रवेशही नाटकात बहुधा स्वतंत्रच असतात. नाटकातल्या गंभीर पात्राच्या बरोबरीचे पण एखादी विशिष्ट स्वभावछटा असलेले विनोदी पात्र रंगवणे, हे अतिशयोक्तिपर पात्रे रंगवण्यापेक्षा नि:संशय अधिक कठीण असते. प्रतोद, विहार वगैरे कोल्हटकरांची विनोदी पात्रे या वर्गातील आहेत. या दोन्ही प्रकारच्या विनोदापेक्षाही गंभीर पात्रांच्या संभाषणात सहज आढळून येणारा नर्मविनोद असतो व तो विपुल आढळणे शक्य नसले तरी कलेच्या दृष्टीने त्याची किंमत अधिक असते. 'मूकनायक', 'परिवर्तन' वगैरे नाटकात हा उच्च दर्जाचा विनोदही पाहायला मिळतो.

कोल्हटकरांनी विषमविवाहाचा तिरस्कार व प्रेमविवाहाचा पुरस्कार केला आहे. जातीजातीतील जमीनअस्मानाचे अंतर प्रतिरूपी पर्जन्यदेवता मुळीच पाहत नसल्यामुळे मिश्रविवाहालाही ते अनुकूल आहेत. स्त्रीशिक्षण, पुनर्विवाह वगैरे सर्व समतासंवर्धक गोष्टी त्यांना संमत आहेत हे सांगायलाच नको. त्यांच्या नाटकातील वादविवाद, कथानकाची घडण इत्यादिकांवरून त्यांची मते सहज कळून येतात. तथापि चमत्कृतिजन्य कथानके निर्माण केल्यामुळे असो अगर काव्यात्मक प्रतिभेला सत्यापेक्षाही सौंदर्याची आवड जास्त म्हणून असो, प्रतिपाद्य विषय जितक्या ढळढळीत रीतीने व ठसठशीत स्वरूपात रंगवला पाहिजे, तितका त्यांनी बहुधा रंगवलेला नाही. गडकरी व वरेरकर या त्यांच्या दोन प्रमुख शिष्यांपैकी वरेरकरांनी ही कामगिरी यशस्वी रीतीने पार पाडली. दोघांनीही श्रीपाद कृष्णांना गुरू मानले. गडकऱ्यांनी गुरूच्या कलेतील सौंदर्याची शक्य तितकी वाढ करून अलौकिक लोकप्रियता संपादन केली. वरेरकरांनी नाट्यविषय, नर्मविनोद इत्यादि गोष्टीत गुरुपदेश ध्यानात ठेवून सुधारणा केल्या व गुरूच्या कलेतील सत्याची वाढ केली. या दोघाही शिष्यांनी गुरूच्या सांप्रदायाचा विस्तार केला यात संशय नाही. पण गडकऱ्यांच्या अकाल मृत्यूमुळे असो अगर त्यांच्या कल्पनाकोट्यांच्या चकचकाटाने डोळे दिपल्यामुळे असो, वरेरकरांच्या नाट्यसेवेची खरी किंमत महाराष्ट्ररसिकांनी केली नाही. कोल्हटकरांचे शिष्य व स्वतंत्र नाटककार या दोन्ही दृष्टींनी त्यांची कामगिरी गडकऱ्यांइतकीच महत्त्वाची आहे असे आम्हाला वाटते.

नाटकाप्रमाणे विनोदातही कोल्हटकरांनी नवीन मनुला सुरुवात केली. त्यांच्यापूर्वीच्या चिपळूणकर, आगरकर वगैरे अव्वल दर्जाच्या निबंधलेखकांनी विनोदाचे साहाय्य घेतले नव्हते असे नाही. पण ते प्रसंगोपात व दुय्यम दर्जाचे होते. जेवण अळणी लागू नये म्हणून चटणी करायची, त्याप्रमाणे निबंध रूक्ष होऊ नये म्हणून विनोदाचा मीठमसाला त्यात घालायचा. शुद्ध विनोदाला तर त्यांच्या निबंधात जागाच नव्हती. यामुळे जिला विनोददृष्टी म्हणता येईल तिची वाढ त्यांच्या निबंधांनी लेखक -

वाचकात होणेच शक्य नव्हते. श्रीपाद कृष्णांनी सुदाम्याच्या पोह्यांनी ही विनोददृष्टी मराठी वाङ्मयाला प्राप्त करून दिली.

मानवी जीवन काव्याप्रमाणे विनोदानेही भरले आहे. काव्य मानवी जीवनात नसलेले सौंदर्य कल्पनेने निर्माण करते; विनोद असलेल्या सौंदर्याला मारक होणारा कुरूपपणा काढून टाकण्याचा प्रयत्न करतो. समाज काही झाले तरी वेडा नसतो. शब्दाच्या माराने त्याला जितक्या लवकर शुद्धीवर आणता येईल, तितके प्रतोदप्रहारानेही आणता येणार नाही. हिंदुधर्मातील असंबद्ध व उपद्रवी चालीरीती आणि हिंदुसमाजाच्या जीवनातील व्यंगे यांचे कोल्हटकरांनी रेखाटलेले हास्योत्पादक चित्र जितके कलादर्शक तितकेच बोधप्रद झाले आहे. विनोदाचा त्यांच्याइतका विपुल व विविध उपयोग करणारा लेखक अजूनही झालेला नाही.

टीकाकार या नात्यानेही त्यांनी चांगलीच साहित्यसेवा केली आहे. त्यांच्या विनोदी लेखांप्रमाणे त्यांच्या टीकालेखांचाही संग्रह होणे आवश्यक आहे. 'पण लक्षात कोण घेतो', 'श्रीमंत गायकवाड सरकार यांच्या उदार आश्रयाखाली प्रसिद्ध झालेली पुस्तके' या त्यांच्या टीका गुणग्रहणात्मक आहेत. 'मुक्ता', 'हिंदुधर्म आणि सुधारणा', 'प्रेमाभास' या टीका असद्विनाश हाच हेतू डोळ्यांपुढे ठेवून लिहिल्या आहेत. सावेश, वक्तृत्वपूर्ण, उपरोधगर्भ भाषा व समाजशास्त्रीय प्रश्नांचा जितका सहानुभूतिपूर्ण तितकाच सूक्ष्म ऊहापोह 'हिंदुधर्म आणि सुधारणा' व 'प्रेमाभास' या त्यांच्या लेखात आढळतो. 'सौभद्र', 'तोतयाचे बंड', 'रागिणी व तिची भावंडे' यातील टीकापद्धती शास्त्रीय, पृथक्करणात्मक व समतोल असून हे लेख होतकरू टीकाकारांनी सादर अभ्यास करावा इतके उच्च दर्जाचे आहेत. 'मराठी कथात्मक वाङ्मय', 'मराठी वाङ्मय व स्वावलंबन' वगैरे मराठी वाङ्मयाविषयीचे त्यांचे निंबधही विचारपूर्ण आहेत.

त्यांच्या चार गोष्टीपैकी 'गाणारे यंत्र' यात त्यांची काव्यात्मक दृष्टी चांगलीच प्रकट झाली असून 'गरीब बिचारे पाडस' यातील ध्येयवाद व करुणरस अप्रतिम आहे. केवळ मराठीतीलच नव्हे तर जगातील कुठल्याही भाषेतील पहिल्या दर्जाच्या गोष्टीत 'गरीब बिचाऱ्या पाडसा' ची गणना होईल. 'दुटप्पी की दुहेरी' या कादंबरीत राजकारण, सामाजिक सुधारणा व वाङ्मय या विषयीचे त्यांचे सुंदर विचार व 'श्यामसुंदर' मध्ये मागासलेल्या वर्गाविषयीची त्यांची तळमळ अत्यंत आकर्षकरीतीने व्यक्त झाली आहे. 'दुटप्पी की दुहेरी' विषयी लिहिताना रसिक टीकाकार प्रो.वा.म.जोशी यांनी 'ही भाषा वैशिष्ट्ययुक्त व सद्गुणमंडित असल्यामुळे कोल्हटकरांना ती भूषणावह होईलच, पण वर्धिष्णु मराठी भाषेचे येथे जे सामर्थ्य प्रतीत होते, ते लोकांच्या मनात सकौतुक अभिमान उत्पन्न करील अशा योग्यतेची ही भाषा आहे' असे जे उद्‌गार काढले आहेत, ते कोल्हटकरांच्या दोन्ही कादंबऱ्यांना पूर्णपणे लागू

पडतात यात संशय नाही.

अमेरिकेला वाटेल तो मनुष्य सध्या जाऊ शकतो म्हणून ती शोधून काढणाऱ्या कोलंबसाचा मान काही त्याला मिळत नाही. तानसेनाला तू चित्ररथ गंधर्वासारखा गात नाहीस म्हणून सांगणे अगर रंभा तिलोत्तमासारखी दिसत नाही म्हणून नाक मुरडणे म्हणजे स्वतःचे अज्ञान व अरसिकता प्रकट करण्यासारखे आहे. 'जावे त्याच्या वंशा तेव्हा कळे' हा न्याय वाङ्मयालाही लागू आहे. कोल्हटकरांसारख्या अव्वल दर्जाच्या साहित्यसेवकाचे वाङ्मय ओझरते वाचून त्याच्यावर तोंडसुख घेणे हे फार सोपे काम आहे. 'मूकनायका' सारखे नाटक, 'चोरांचे संमेलन' यासारखा एखादा विनोदी लेख, 'तोतयाच्या बंडा' सारखी टीका अगर 'गरीब बिचाऱ्या पाडसा' सारखी गोष्ट लिहून पाहण्याचा प्रयत्न करून मग कोल्हटकरांच्या वाङ्मयावर कोणीही खुशाल हत्यार चालवावे. टीकाकार अव्वल दर्जाचा वाङ्मयनिर्माता असतो अगर होतो अशातला भाग नाही. पण थिल्लरात बसून सागराला धिक्कारणारा बेडूक किनाऱ्यावर पर्वतप्राय लाटा पाहिल्यानंतर पूर्वीचे धिक्कारयुक्त शब्द काढू शकणार नाही एवढाच त्याला किनाऱ्यावर नेण्याचा फायदा.

वरेरकर, गडकरी, गुर्जर, माडखोलकर वगैरे कोल्हटकरांच्या शिष्यत्वाचा अभिमान बाळगणाऱ्या मंडळींनी विचार, भाषा, कल्पना व वाङ्मय-सौंदर्य इत्यादि अंगात मराठीला किती संपन्न केली आहे, याची ज्याला कल्पना असेल त्याला कोल्हटकरांच्या वाङ्मयकार्याविषयी निःसीम प्रेमादरच वाटेल. तरवारीचा खणखणाट, खादाड व झोपाळू पात्रांचा सुळसुळाट, नाटकी शृंगाराचा घमघमाट इत्यादि चालू जमान्यातील लोकप्रिय गोष्टीचा अभाव असल्यामुळे (हा अभाव सद्भिरुचीला व वाङ्मय-सौंदर्याला केव्हाही भूषणावहच आहे.) त्यांच्या नाटकांचे आजच्या रंगभूमीला महत्त्व वाटत नसेल पण मराठी वाङ्मयाचा इतिहास लिहिणारा उद्याचा लेखक 'श्रीपाद कृष्णांनी मराठी नाटकात काव्यात्मता व अद्भुतरम्यता आणली; श्रीपाद कृष्णांनी अनुकरण व उसनवारी झुगारून देऊन स्वतंत्र रचनेचा झेंडा उभारला; नवीन विनोद, कल्पनाप्रचुर व डौलदार भाषा, शास्त्रीय व सरस टीका इत्यादि आभरणांनी श्रीपाद कृष्णांनीच प्रथमतः मराठीला सजवली' असे उद्गार अभिमानाने काढल्यावाचून राहणार नाही.

◆

मराठीतील विनोदसांप्रदायाचे आचार्य

'वाङ्‌मयाच्या ज्या ज्या प्रवाहात तो शिरला त्या त्या प्रवाहाला त्याने स्वत:चे विशिष्ट असे वळण लावले,' हे ऑस्कर वाईल्डविषयीचे उद्‌गार मराठी वाङ्‌मयात गुरुवर्य श्रीपाद कृष्ण कोल्हटकरांनाही तंतोतंत लागू पडतात. काव्य, नाट्य, विनोद, टीका, कथा, कांदबरी इत्यादि वाङ्‌मयाच्या शाखांपैकी प्रत्येकीवर त्यांनी आपल्या प्रतिभेचे कलम केले आहे व त्या त्या शाखांना लागणाऱ्या फळांचा रंग व रस थोड्याफार प्रमाणात अधिक मोहक व मधुर करून सोडला आहे. त्यांची प्रतिभा जितकी तेजस्वी तितकीच त्यांची समाजसुधारणेची तळमळ तीव्र असल्यामुळे त्यांची लेखणी आजन्म रूढी-राक्षसीशी युद्धच करत आली. पाश्चिमात्य देशातील जुन्या नाट्यसंप्रदायांचा मुकुटमणी जो शेक्सपीयर त्याच्या पद्धतीप्रमाणे त्यांनी नाटके लिहिली आहेत, एवढेच नव्हे तर नव्या नाट्यसंप्रदायाचा अग्रणी जो इब्सेन त्याला पूर्णपणे शोभेल असे 'जन्म-रहस्य' हे सुंदर नाटक लिहून नाट्यवाङ्‌मयाच्या प्रगतीचा नवा मार्गही त्यांनी दाखवून दिला.

नाटकाच्या क्षेत्रात त्यांनी जुने तृण काढून नवीन फुलझाडे व फळझाडे लावली, तर विनोदाच्या क्षेत्रात ते नांगरण्यापासून त्यात समाजहितपोशक पीक येईपर्यंत त्यांनी परिश्रम केले.

श्रीकृष्ण व गीता, कर्वे व भारत - महिलाविद्यापीठ, महात्माजी व साधुत्व, अगर मुंबई व महागाई, कोकण व भांडण, शिक्षक व दारिद्र्य इत्यादिकांची जशी अभेद्य सांगड पडली आहे, त्याप्रमाणे कोल्हटकर व विनोद यांची आहे.

गोमांतक म्हटले की कलमी आंबे डोळ्यापुढे उभे राहतात, काश्मिर म्हटले की गुलाबाचा सुगंध दरवळू लागतो; संस्थान म्हटले की शर्यतीचे घोडे, कोट्यवधी रुपयांच्या किंमतीची कुत्री इत्यादि भाग्यवान प्राण्यांचे खिंकाळणे व भुंकणे ऐकू येते. मानसशास्त्राच्या दृष्टीने याला साहचर्याची कल्पना हेच मुख्य कारण आहे. कोल्हटकरांच्या बाबतीत अशीच स्थिती झाली आहे. भक्त आहेत तेथे देव असलाच पाहिजे,

त्याप्रमाणे कोल्हटकर आहेत तेथे विनोद असलाच पाहिजे अशी लोकांची ठाम समजूत होऊन गेली होती. यामुळे कोल्हटकर बोलायला उभे राहिले असताना त्यांच्या तोंडातून एखादी चांगली कोटी बाहेर पडण्याच्या आधीच तिचे स्वागत करण्याकरिता श्रोत्यांच्या तोंडावर हास्य सज्ज होऊन राहिलेले असे. फुलात असलेल्या सुवासाप्रमाणे कोल्हटकरात असलेल्या या विनोदाने महाराष्ट्र-वाङ्मयाची काय, किती, कशी व कोणत्या दर्जाची सेवा केली आहे हे पूर्वग्रहविमुक्त दृष्टीने पाहण्याचा काळ आला आहे. त्यांच्या विनोदी लेखांचा डोंगर उत्पन्न होत असताना स्वाभाविक भूकंपामुळे ज्यांना धक्के बसले त्यांचे नाक मुरडणे, डोंगराची उंची अगर त्याच्यावरील सृष्टीसौंदर्य पाहण्याऐवजी तो पोखरून उंदीरच निघाला म्हणून हळहळणाऱ्यांची संकुचित वृत्ती, त्याच्यावरील खाचखळग्यात कोणी पाय मुरगळून पडला असताना 'भली झाली गुलामाची' म्हणून ओठांच्या दरवाजातून डोकावून पाहणारे दात हे आजकालच्या झिरझिरीत का होईना, पडद्याआड गेले आहेत. कोल्हटकरांच्या विनोद-वटवृक्षाच्या मुळ्या मराठी वाङ्मयभूमीत खोल खोल रुजत चालल्या आहेत, एवढेच नव्हे तर त्याच्या जवळपास नवीन वटवृक्षही दिसू लागले आहेत.

प्रयागात सरस्वती कोणालाही दिसत नसली तरी तिच्यामुळेच त्या तीर्थाला त्रिवेणीसंगमाचे पवित्र महत्त्व आले आहे. नाटके, टीकात्मक लेख इत्यादि ठिकाणच्या कोल्हटकरांच्या विनोदाची स्थिती थोडीशी सरस्वतीसारखीच आहे. कलात्मक वाङ्मयातील आनुषंगिक गोष्टीत असल्या विनोदाची गणना केली पाहिजे. लग्नात मेजवानीतील मठ्ठा अगर वैदिक मंत्रांच्या माऱ्यात उखाणे अगर नाव घेणे यांचे जे स्थान, तेच नाटकात अगर इतर लेखनात विनोदाचे असते. विनोद हा त्या ठिकाणी पाहुणा म्हणून असतो. पाहुण्याला ज्याप्रमाणे स्वयंपाकघरात जाऊन फडताळ उघडता येत नाही, त्याप्रमाणे विनोदालाही कलाकृतीच्या अंतरंगात प्रवेश करता येत नाही. चित्रात जसा पार्श्वभाग तसा लेखनात हा विनोद असतो.

गुरुवर्य कोल्हटकर हे मराठीतील स्वतंत्र विनोदलेखनाचे जनक होत. स्वतंत्र विनोदलेखन त्यालाच म्हणता येते की विनोद काढताच जे निर्जीव वाटते. विनोद हाच अशा लेखांचा आत्मा असतो. अशा लेखनाचे विषय विनोदाला विपुल अवसर देणारे असावे लागतात. एवढेच नव्हे तर त्यांच्या रोमरोमातून विनोदच भरलेला असावा लागतो. मराठीतील अशा प्रकारचे पहिले लेख 'सुदाम्याचे पोहे' हे होत. 'सुदाम्याचे पोहे' हा महाराष्ट्राला कोल्हटकरांनी दिलेला अमूल्य निधी आहे. पण हा निधी (फंड) त्यांनी मुष्टीफंडांनी गोळा करून दिला आहे. त्यातील पहिली मुष्टी त्यांनी १९०२ च्या ऑगस्ट-सप्टेंबरमध्ये वाचकांच्या पदरात टाकली. निबंधमालेच्या रूपाने मराठीचे पुनरुज्जीवन झाल्याला यावेळी २८ वर्षे झालेली होती. या २८

वर्षांत इंग्रजी वाङ्मयाच्या वाढत्या अभ्यासामुळे महाराष्ट्रीय लेखकात विनोदाविषयी आवड उत्पन्न झाली होती. चिपळूणकर, आगरकरांनी या चटकदार साहित्याचा उपयोग आपल्या निबंधात केला होता. हरिभाऊ आपट्यांनी त्याला कादंबरीच्या सेवकवर्गात दाखल केले होते. 'सुदाम्याच्या पोह्या' ची मुष्टी बाहेर पडण्यापूर्वीच शिवरामपंत परांजपे यांचा 'काळ' बाहेर पडला होता. व उपहास, उपरोध, वक्रोक्ती इत्यादि विनोदाच्या शस्त्रागारांतील हत्यारे चालवून देशातील दौर्बल्य, अनुत्साह, अंधानुकरण इत्यादिकांना सळो की पळो करून सोडत होता. यांपैकी चिपळूणकर, आगरकर यांचे निबंध अगर हरिभाऊंच्या कादंबऱ्या यांतील विनोद प्रसंगानुसार आलेला अगर लेखाचा खमंगपणा वाढवण्यासाठी मालमसाला म्हणून घातलेला असा होता. त्यांच्या लेखनाचे कलाकृती या नात्याने परीक्षण करायचे असल्यास निबंध व कादंबरी म्हणूनच करावे लागेल. ताजमहाल पाहायला गेलेल्या मनुष्याला जवळूनच वाहणारी यमुना पाहून आनंद होत असेल, पण त्याच्या आनंदसागरात यमुनेला दुय्यमच स्थान असेल. या त्रिवर्गांपेक्षा शिवरामपंत यांची गोष्ट निराळी आहे. त्यांच्या लेखांची व निबंधांची मंदिरे आरंभापासून विनोदावरच आधारलेली आहेत. या दृष्टीने पाहता स्वतंत्र विनोदी लेखनाच्या जनकत्वाचा मान त्यांच्याकडेच जायला हवा. पण त्यांचा विनोद नेहमी चिमटेच घेतो. गुदगुदल्या कशा करायच्या हे त्यांस माहीतच नाही. हरिहर एक असूनही व्यवहारात ज्याप्रमाणे त्यांच्या मूर्ती भिन्न, उपासक भिन्न, त्यांचे नेवैद्य भिन्न व त्यांची कर्तव्येही भिन्न होतात, त्याप्रमाणे विनोदाचाही हशा व हल्ला या दोन्ही कामी उपयोग होऊ शकतो. शिवरामपंत परांजपे यांच्या लेखात विनोद रुद्रावतारी बनला असून त्यांच्यात हल्ला चढवण्याची प्रवृत्ती पूर्णस्वरूपात दिसून येते. त्यांच्या हातातील वक्रोक्तीचा त्रिशूळ व त्याच्या गळ्यातील उपरोध-रूपी नररुंडांच्या व उपहासरूपी सर्पांच्या माळा पाहून कोणीही भिऊन जाईल. पण शिव हे जसे ईश्वराचे पूर्ण रूप नव्हे तसा उपहासात्मक विनोदही पूर्ण विनोद होऊ शकत नाही. सात्त्विक हास्याची वैजयंती ज्याच्या वक्षस्थळावर रूळत आहे, विसंगत पण निर्दोष प्रसंग नारद तुंबरूंप्रमाणे ज्याच्या भोवती उभे आहेत, कोटीरूपी गंगा ज्याच्या चरणापासून उगम पावत आहे, अशा प्रकारचेही विनोदाचे स्वरूप असू शकते. गवयाने स्वसंरक्षण करण्याकरिता सतारीचा भोपळा शत्रूच्या डोक्यात घालणे रास्त असले तरी सतारीची गणना काही शस्त्रात होणार नाही. कोल्हटकर विनोदाचा धनुष्यासारखा उपयोग करून रूढीवर उपरोध, उपहासाचे बाण सोडत, पण त्याच धनुष्याची ते हा हा म्हणता सारंगी करून त्यातून आनंदाचे साम्राज्य निर्माण करणारे निर्दोष हास्याचे सूर काढत. 'गवई', 'मुंबईचा दीपोत्सव', 'आमचे बैठे खेळ', 'भाषा व इतिहास', 'आमच्या गावातील पाण्याचे दुर्भिक्ष' इत्यादि लेख लिहिण्याइतका ललितविनोद शिवरामपंतांच्या लेखणीत नव्हता.

शिवाय वर्तमानपत्रांसाठी लिहिलेले शिवरामपंतांचे लेख व मासिकांसाठी लिहिलेले कोल्हटकरांचे लेख यांच्यामध्ये, पहिल्यात विशिष्ट मतप्रचाराची दृष्टी तर दुसऱ्यात वाङ्मयदृष्टी व कलादृष्टी अधिक आढळते. या सर्व कारणांमुळे कोल्हटकरांचा 'सुदाम्याचे पोहे' हा ग्रंथ विनोदसंप्रदायाच्या आचार्यस्थानी विराजमान होण्याच्या लायकीचा आहे हे श्री. नरसिंह चिंतामण केळकर यांनी काही वर्षांपूर्वी बडोद्यास भरलेल्या साहित्यसंमेलनाच्या अध्यक्षपदावरून काढलेले उद्‌गार जितके रसिकपणाचे तितकेच वस्तुस्थितीदर्शक आहेत.

द्वापारयुगी सुदाम्याचे मूठभर पोहे श्रीकृष्णाला दिले व श्रीकृष्णाने त्याला सोन्याची नगरी दिली अशी कथा आहे. कोल्हटकरांनी सुदाम्याच्या करवी महाराष्ट्राच्या पदरात ३२ मुष्टी घातल्या आहेत, इतकेच नव्हे तर या सुदाम्याने त्या सुवर्णालंकृत करून दिल्या आहेत. 'सुदाम्याच्या पोह्या' तील अप्रतिम कल्पना, विनोद व त्यांची खोचदार व हसरी भाषा महाराष्ट्रात अजरामर झाल्यावाचून राहणार नाही. अर्वाचीन मराठी गद्य-प्रभू (Masters of Prose) चिपळूणकर, आगरकर, शिवरामपंत परांजपे, श्रीपाद कृष्ण कोल्हटकर व न. चिं. केळकर हेच होते. कोल्हटकरांचे गद्य प्रभुत्व 'सुदाम्याचे पोहे' वाचल्यावाचून केव्हाही कळणार नाही. 'पोह्यां'नी मराठीत एक नवीन लेखनसांप्रदाय स्थापून भाषेला प्रगतिपर वळण लावले आहे.

– 'श्रीपाद कृष्णांचा विनोद' या प्रबंधावरून

◆

कोल्हटकरांची कल्पकता

एखाद्या स्त्रीला आपण सुंदर म्हणतो याचा अर्थ तिचे सर्व शरीर अगदी रेखीव असते असे मुळीच नाही. कमळ, भुंगा, धनुष्य, तोंडले इत्यादी कविसंकेतांची कसोटी लावली तर प्रसंगी तिला कुरूप म्हणण्याचीच पाळी यायची! पण आपण तिला सुंदर म्हणतो, याचे कारण तिच्यात काही तरी असामान्य आकर्षक गुण असतो. या आकर्षणाचे मूळ एखादीच्या काळेपणामुळे सुंदर दिसणाऱ्या केशकलापात असेल तर दुसरीच्या तेजस्वी डोळ्यात असेल. एखादी गोड हास्यामुळे सुंदर वाटते तर दुसरी मंजुळ स्वरामुळे मोहक भासते. प्रत्येकीचे सौंदर्य सर्वगुण संपन्न असते असे नाही. पण ते वैशिष्ट्ययुक्त असते व म्हणूनच आकर्षक होते.

कोल्हटकरांच्या कलावती वाणीचे असे वैशिष्ट्य कोणते म्हणून कुणी मला विचारले तर क्षणाचाही विचार न करता मी 'कल्पकता' असे उत्तर देईन. चिपळूणकरांचे जिव्हाळ्याचे पांडित्य, आगरकरांच्या आवेशयुक्त भावना, किर्लोस्करांचा मार्मिक नाट्यविलास, हरिभाऊंचे सुंदर स्वभावरेखन व मनोहर कथनकौशल्य ही सर्व या कलावतीवाणी पूर्वीच मराठी गद्यवाङ्मयात अवतीर्ण झाली होती. पण गुलाब, सोनचाफा, मोगरी आणि जाईजुई यांनी भरलेल्या परडीत सुरंगीची फुले टाकली की तो संमिश्र सुगंध अधिक मोहक वाटत नाही काय? गेल्या पिढीतील उदयोन्मुख मराठी वाङ्मयातही कोल्हटकरांच्या कल्पकतेने अशीच सुंदर भर घातली.

चिपळूणकरांपासून आपणाला लेखनाची स्फूर्ती झाली असे कोल्हटकर म्हणतात. नदीचा उगम पर्वतातून झालेला दिसतो त्यातलाच हा प्रकार! पण तिचे खरे पोषण आकाशातील सजल मेघच करतात. जी स्थिती लेखनाच्या उगमाची तीच समाज-सुधारणेविषयीच्या अभिनिवेशाची. आगरकरांचा भीमाला शोभणारा विलक्षण आवेश तर सोडाच पण हरिभाऊंची श्रीकृष्णाच्या पद्धतीची व्यापक सहानुभूतीही त्यांच्या ललित कृतीत प्रतिबिंबित झालेली नाही, याचे कारणही त्यांच्या कल्पकतेच्या विशिष्ट स्वरूपातच आढळेल. 'मूकनायक' नाटकांचे कथानक त्यांना कसे सुचले

हे पाहिले की या स्वरूपाची चटकन कल्पना येते.

कित्येक तर्क करतील - मद्यपानाचा निषेध हा नेहमीच लेखकांना सुचणारा विषय आहे. एका रम्य प्रणयकथेच्या पार्श्वभूमीवर कोल्हटकरांनी त्याचं चित्रण केले. कित्येकांना वाटेल, शेक्सपीअर व मोलियर यांचा अभ्यास करून मराठी नाट्यसृष्टीत नावीन्य आणू पाहणाऱ्या तरुण नाटककारांनी मुका नायक निर्माण करावा हे स्वाभाविकच आहे. पण हे तर्क स्वाभविक असले तरी खरे नाहीत! सीतेने धनुष्यभंगाचा पण लावला. द्रौपदीच्या स्वयंवरात मत्स्यभेदाला महत्त्व आले. धनुष्य सुंदर स्त्रियांच्या भुवयांशी स्पर्धा करणारे तर मत्स्य तिच्या डोळ्यांपेक्षा आपण सुंदर म्हणून तोरा मिरवू पाहणारा! अर्थात या दोन्हीचा नाश करण्याची इच्छा त्यांच्या मनात उत्पन्न व्हावी यात नवल काय? झाले! सुभ्रू, मीनाक्षी इत्यादि पायऱ्यांवरून कोल्हटकरांची कल्पना हा हा म्हणता चढत वर गेली आणि 'मदिराक्षी' पाशी थांबली. मीनाक्षी जर मत्स्यभेदाचा पण लावते तर मदिराक्षीने मदिरानाशाचाच लावायला नको काय?

मूकनायकातल्या 'सरोजिनी' ची जन्मकथा अशी आहे. मग मद्यपानाच्या निषेधाला त्या नाटकात उठाव मिळाला नाही यात आश्चर्य कसले? 'पणा' वर उभारलेल्या विक्रांत सरोजिनीच्या प्रवेशांना स्वाभाविकच त्यात महत्त्व आले व दारूबाज शरच्चंद्र मागे पडला. कोल्हटकरांच्या नाट्यसृष्टीत 'मतिविकार' - जरी ते सध्याच्या पिढीला फारसे परिचित नसले तरी - 'मूकनायका'इतकेच मौल्यवान आहे. त्याच्या कथानकाचे पृथक्करण करतानासुद्धा मला हेच कोडे पडते! नाटकाचा विषय पुनर्विवाह ठरवून कोल्हटकरांनी कथानकाची रचना केली की कथानक तयार झाल्यावर त्यात पुनर्विवाहाचा विषय आहे असे त्यांना आढळून आले? चंद्रिका, वेणू वगैरे बालविधवांच्या भूमिका त्यांनी नाटकात घातल्या असल्या तरी त्यात त्यांनी आपले मन घातलेले दिसत नाही. उलट बुरख्यात वावरणारी कल्याणी आपली पत्नी तरंगिणीच आहे, हे ठाऊक नसल्यामुळे तिच्याशी प्रेमयाचना करणारा पुराणमतवादी विहार त्यांनी मोठ्या कुशलतेने रेखाटला आहे. 'सहचारिणी' नाटक वाचतानाही हाच अनुभव येतो. नाटकाच्या नावावरून जे सूचित होते ते गंभीर कथाभागात काही आढळत नाही! उलट सध्याच्या काळी या नाटकाचा विषय संततिनियमन आहे असे सांगितले तरी चालण्यासारखे आहे.

या उदाहरणांवरून कोल्हटकरांच्या कल्पकतेच्या स्वरूपाची कल्पना येईल. शेक्सपीअरच्या वाङ्मयाचा त्यांच्यावर परिणाम झाला असला तरी तो रेखीव व स्पष्ट नाही. मोलियरसारखे विनोदी नाटककार व ॲडिसन, स्विफ्टपासून मार्कट्वेन पर्यंतचे विनोदी व औपरोधिक लेखक यांच्या वाङ्मयाचे परिणाम त्यापेक्षा किती तरी अधिक प्रमाणात झाले, यात संशय नाही. तेल्हारा, खामगाव व जळगाव यांसारख्या

नववाङ्मयाच्या व नवविचारांच्या दृष्टीने मागासलेल्या गावीच वकिलीचे सर्व आयुष्य गेल्यामुळे पाश्चिमात्य वाङ्मयातील नवीन विचारप्रवाहाचा अगर रचनाप्रवाहाचा नंतर त्यांच्यावर फारसा परिणाम होऊ शकला नाही. सार्वजनिक शहरातील कार्यात धडाडीने पडलेला मनुष्य म्हणजे पूर आलेल्या नदीच्या मध्यभागी पोहणाराच म्हणायचा! त्याला नदीच्या बदलणाऱ्या गतीची, तिच्या खोलीची आणि तिच्यातील भोवऱ्यांची जी कल्पना येते, ती तीरावर उभे राहणाऱ्या मनुष्याला कशी येऊ शकेल? कोल्हटकरांचे संस्कारक्षम आयुष्य या तीरावरील माणसासारखेच गेले. या सर्व गोष्टीमुळे त्यांची कल्पकता मुख्यत: अद्‌भुतरम्य (Romantic) झाली.

प्रचलित मराठी वाङ्मय वस्तुस्थितिदर्शनाकडे (Realism) झुकत आहे. अद्‌भुतरम्यता व वस्तुस्थितिदर्शन यांना अनुक्रमे चांदणे व ऊन यांच्या उपमा देता येतील. कोल्हटकरांच्या विनोदी लेखात कोवळ्या सूर्यकिरणांचा तेजस्वीपणा काही ठिकाणी जाणवत असला तरी त्यांच्या कथा-नाटक-कादंबऱ्यात जिकडे तिकडे चांदणेच फुललेले दिसते. या चांदण्यांचा उगम त्यांच्या अद्‌भुतरम्य कल्पकतेत आहे. कथानकरचना, व्यक्तिनिर्मिती व भाषाशैली या ललितकृतींच्या तिन्ही महत्त्वाच्या अंगात त्याची अद्‌भुतरम्यतेची आवड असलेली कल्पकताच विविधरूपांनी नटून प्रामुख्याने वावरत आहे असे दिसून येईल.

कथानके :

वयाची पंचविशी उलटण्याआधी लिहिलेले 'वीरतनय' पहा अगर साठीच्या घरात आल्यानंतर रचलेले 'श्रमसाफल्य' पहा, कथानक चटकदार करण्याकरिता त्यांनी रहस्याचा आश्रय केलेला आढळून येईल. वीरतनयातील नायक- नायिकांच्या भेटीचा पहिला प्रसंगच त्यांच्या वैशिष्ट्याचा द्योतक आहे. मृत पत्नीच्या सहवासात ज्या जागी आपण पूर्वी आनंदाने दिवस घालवले होते, ती पाहण्याकरिता सेनापती शूरसेन अरण्यात येतो, राजकन्या शालिनीही शिकारीकरता त्याच वेळी तिथे आलेली असते. शूरसेन तिला वाघाच्या तडाक्यातून सोडवतो आणि अशा रीतीने त्या दोघांचा परिचय होतो. कल्पना-सृष्टीतला रम्य प्रसंग या दृष्टीने इथेपर्यंत सर्व ठीक आहे पण बेशुद्ध पडलेल्या शालिनीला पाहून 'वक्ष:स्थलि हे रुळता । केश घन स्वैरगति' असे उद्‌गार काढत असतानाही ती स्त्री असल्याची मात्र शूरसेनाला शंका येत नाही! हिंदुस्थानातल्या पुरुषांनी कांकणे भरल्याचा भास सध्या अनेकदा होतो! शूरसेनाच्या वेळी पुरुष बायकांइतके लांब केस राखत असल्यास मात्र वरील वर्णन विसंगत वाटणार नाही.

मूकनायकातील मुक्या- बहिऱ्यांची रहस्ये, गुप्तमंजुषातील विलासाचे जन्मरहस्य,

मतिविकारातील तरंगिणीच्या मृत्यूची अफवा, वधूपरीक्षेतील ताईत इत्यादि गोष्टींनी कथानकाचे धागेदोरे गुंफण्यात त्यांची कुशाग्र कल्पकता दिसून येते. पण या कल्पकतेत रंजकतेच्या मानाने रसवत्ता कमी! ही नाटके वाचताना विविध रंगांनी अलंकृत झालेल्या शरदऋतुतील संध्याकालीन मेघांचे दर्शनच आपण घेत आहो असा भास होतो. पण सुंदर दिसणाऱ्या मेघांहूनही पृथ्वीचा दाह शांत करणारे मेघच आपल्याला अधिक आवडत नाहीत काय? 'प्रेमशोधन' व 'जन्मरहस्य' या नाटकांच्या कथानकातली कल्पकता भूमिकांच्या भावनांशी समरस झाली असल्यामुळे अधिक खुलून दिसते यात संशय नाही.

नाटके सोडून कथा - कादंबऱ्याकडे वळले तरी हाच अनुभव येईल. 'दुटप्पी की दुहेरी' मधील हरिहररावाचे लेखन रहस्य व 'श्यामसुंदर' मधील श्यामचे रहस्य ही दोन्ही अत्यंत कुतूहलजनक आहेत. पण रसपरिपोषाकरिता लेखकाने त्यांचा फारसा उपयोग करून घेतलेला दिसत नाही. 'गाणारे यंत्र' या गोष्टीकडेही कोल्हटकरांच्या कथानकरचनेतील कल्पकतेचा नमुना म्हणून बोट दाखवता येईल. मातृवियोगाने दुःखी झालेला एक तरुण चांदण्यात जाऊन बसतो, त्याला एक सुंदर गीत ऐकू येते, त्या गीताने वेडावून जाऊन ते कुणाचे आहे याची तो चौकशी करतो. गोष्टीचा हा प्रारंभ अत्यंत चटकदार आहे. पण ते गाणे एका मुलीने म्हटले आहे असे कळल्यावर तिच्या शोधाकरता त्याने आंधळेपणाने केलेला प्रवास आणि शेवटी योगायोगाने त्याला आलेले यश या पलीकडे कथाभाग असा काहीच नाही. त्यांची तेजस्वी व तरल कल्पकता व्हावी तितकी परिणामकारक का झाली नाही याचे कारण या सदोष रचनेत सापडेल. शेक्सपीअर व मोलियर यांचे मिश्रण करण्यापेक्षा एकएकाच्या पद्धतीची नाट्यरचना त्यांनी केली असती तर त्यांच्या नाट्यवाङ्मयाला आजच्यापेक्षा कितीतरी अधिक यश मिळाले असते. परंतु आहे त्या स्थितीतदेखील 'जन्मरहस्य', 'मूकनायक', 'प्रेमशोधन' व 'मतिविकार' ही नाटके कथानक-रचनेतले कल्पना-कौशल्य अभ्यासण्याच्या दृष्टीने निःसंशय मार्गदर्शक होण्यासारखी आहेत. 'वधूपरीक्षे'तही रचनाचातुर्य काही कमी नाही. पण त्याला क्लिष्टतेचा वास येतो.

व्यक्तिनिर्मिती :

अद्भुतरम्यतेची आवड स्वतंत्र व्यक्तिनिर्मिती व स्वभावाचे सूक्ष्म रेखाटन यांना अनेकदा मारक होते. कोल्हटकरांची कल्पकता उज्ज्वल असूनही त्यांच्या ललित कृतीत आपल्या वैशिष्ट्याने वाचकांच्या मनाची पकड घेणारी पात्रे कमी आढळतात, याचे कारण हेच आहे. 'वीरतनया'तील शूरसेनाचे पात्रच पाहावे. सध्या आपल्यासमोर असलेल्या नाटकातील नऊदशांश भागात तो गतपत्नीचे स्मरण व उरलेल्या एक

दशांशात शालिनीशी लग्न करतो. त्यांच्या या द्वितीय विवाहामुळे मराठी नाट्यवाङ्मयात पहिला वास्तववादी नायक निर्माण झाला असे मामा वरेरकर सांगतात. पण शूरसेन दुसऱ्या लग्नाच्या फंदात पडला तो काही आपल्या मानस पित्याच्या आग्रहामुळे नव्हे, तर नाटक कंपनीच्या भिडेखातर! दुःखपर्यवसायी नाटक कंपनीला नको होते म्हणून ते आनंदपर्यवसायी करण्यात आले!

कविसंकेत व कथानकाची चौकट यांच्या साहाय्याने सामान्य ललित लेखक भूमिका निर्माण करत असतो. पण या भूमिकात व्यक्तित्व असते असे थोडेच आहे! निर्जीव भूमिका तीन मिनिटात संपणाऱ्या फोनोतल्या गाण्याप्रमाणे वाटते. पण 'व्यक्तित्व' असलेली भूमिका म्हणजे बैठकात रंगलेले गवयाचे पदच. कोल्हटकरांच्या कल्पकतेने निर्माण केलेल्या अशा जिवंत भूमिका म्हणजे सरोजिनी, सरस्वती, इंदिरा, कांता, वेत्रिका या नायिकोपनायिका व कंदन, आनंदराव, विहार, उद्धव इत्यादि पुरुष भूमिका होत. मराठी रंगभूमीवरील 'गोड' नायिका या शकुंतला व सुभद्रा यांच्याच सरळ वारस आहेत. पण 'तिखट' नायिका अगर उपनायिका ही निदान तीस-पस्तीस वर्षांपूर्वी तरी आमच्या रंगभूमीवर दुर्मीळ चीज होती. कोल्हटकरांच्या 'वेत्रिके' पासून प्रेक्षकांच्या अभिरुचीला हा तिखटपणा आवडू लागला. भामिनी, मंजिरी, लतिका इत्यादि वळणांनी वाहत वाहत हा प्रवाह 'आंधळ्यांच्या शाळे' तील बिंबापाशी आता आला आहे असे म्हणायला हरकत नाही.

कोल्हटकरांच्या नायिकांपैकी मूकनायकाच्या लोकप्रियतेमुळे सरोजिनी ही प्रेक्षकांना अधिक परिचित असली तरी स्वभाव रेखनातील नाजूकपणा व स्वाभाविकता या दोन्ही दृष्टींनी इंदिरा व कांता तिच्यापेक्षा कांकणभर सरसच ठरतील. कंदना इतकी जिवंत भूमिका तर कोल्हटकरांनी दुसरी कोणतीच निर्माण केलेली नाही. तो बर्फाचा सुंदर पुतळा नाही अगर हिरवळीतून वाहणारा मंजुळ झराही नाही. डोंगरावरून खळखळत येणारा हा गढूळ ओढा निर्मळ कसा होतो हे पाहताना मन उदात्त भावनेने भरून जाते.

आनंदराव, विहार, प्रतोद वगैरे कोल्हटकरांच्या भूमिकांचा अभ्यास तर सध्याच्या काळीही उपयुक्त आहे. मराठी नाट्यवाङ्मयाची कलादृष्ट्या वाढ व्हायची असेल तर गंभीरता व विनोद या एकमेकांशी न पटणाऱ्या जोडप्याला एकाच नाटकाच्या घरात नांदवण्याची जी रूढी पडलेली आहे, ती नाहीशी झाली पाहिजे. अर्थात विनोदाचे त्याला शोभेल अशा वधूशी लग्न लावून दिले तरच ही गोष्ट साध्य होईल. स्वतंत्र विनोदी नाटकांची प्रथा सर्रास सुरू होणे त्या परीने अत्यंत आवश्यक आहे. पाश्चात्त्य रंगभूमीवर येणाऱ्या नर्मविनोदी व औपरोधिक नाटकांकडे पाहिले की आपले हे वैगुण्य चटकन लक्षात येते. अत्र्यांच्या 'साष्टांग नमस्कारा'सारखे 'शंभर टक्के' विनोदी नाटक लिहिले जाण्याचा काळ आता उत्पन्न होत आहे खरा. पण ते शंभर

टक्के खरे असतातच असा नियम नाही! शिवाय 'सब घोडे बारा टक्के' या हिशेबाने नाटककाराने आठ-नऊ पात्रे एकाच कुंचल्याने रंगवून 'शंभर टक्के' विनोद निर्माण करणे कलेच्या दृष्टीने प्रशंसनीय आहे, असे म्हणता येणार नाही. कोल्हटकरांच्या आनंदराव-विहारासारख्या भूमिका शेतात उभारलेल्या बागुलबोवाप्रमाणे कृत्रिम वाटत नाहीत. विनोदी पात्र झाले तरी अतिशयोक्तिपेक्षा स्वभावाच्या मार्मिक विकासानेच त्याची खुलावट करणे अधिक श्रेयस्कर ठरेल.

भाषाशैली :

भाषेच्या बाबतीतली कोल्हटकरांची कल्पकता सर्वसामान्य वाचकालासुद्धा सहज कळण्याजोगी आहे. किंबहुना त्यांना जी थोडीफार लोकप्रियता लाभली ती याच बहुजन समाजाला आकृष्ट करणाऱ्या गुणामुळे. मनोहर संध्याकालात दिवस व रात्र यांचे सुंदर संमेलन होते त्याप्रमाणे त्याच्या भाषेत काव्यमय व विनोदी कल्पनांचे आल्हादकारक मिश्रण आढळते? एकीकडे काव्यरंगांनी रंगलेले मेघ पाहून दुसरीकडे नजर वळवावी तो विनोदपूर्ण काट्याच्या नक्षत्राचा ताटवाच्या ताटवा फुललेला आहे असे दृश्य त्याच्या नाटकात अनेकदा आढळते. सुंदर व सूचक वाक्ये, मार्मिक सुभाषिते, नर्मविनोदी संभाषणे, चमकदार कोट्या, हसवणारा विनोद या सर्वांची उदाहरणे त्याच्या ललितकृतीत विपुल आढळतील. सोन्याच्या खाणीत सुवर्ण कण सर्वत्र सापडतात त्याप्रमाणे त्यांच्या लिखाणात कल्पकतेने चमकणारी वाक्ये जिकडे तिकडे दिसतात. जाता जाता सापडली ती उदाहरणे देतो.

मृत्यु हा स्वतः जर मृत्युचा विषय असता तर मला किती आनंद झाला असता.

शूरसेन - काय? तुझ्यासारख्या सुशील, सुरूप राजकन्येवर प्रीती करीत नाही? हे संभवेल तरी कसे? असा मूर्ख, अंध, वेडा...

शालिनी - नका, नका, या अभागिनीसाठी त्या माहात्म्यास दूषणं लावू नका. शिवाय, त्याचे नाव कळल्यावर तुम्हालाही तसे केल्याचा पश्चात्ताप होईल.

शूरसेन - तर मग तो माझ्या मित्रवर्गापैकी आहे काय?

शालिनी - मनुष्याचा सर्वोत्कृष्ट मित्र म्हटला म्हणजे त्याचा आत्मा, हे जर खरे असेल तर त्यास तुमचा मित्र म्हणता येईल.

प्रतोद - एकूण आज आपणास त्रैलोक्यसुंदरी पाहावयास सापडणार! आधुनिक काव्ये वाचून सुंदर स्त्री कशी असावी हे मला चांगले अवगत झाले आहे. मी सांगू का आज राजकन्या कशी दिसेल ती? शिरोभागी एक सर्पाचा विळखा दिसेल; त्याच्याखाली एकपट्टा, त्याच्याखाली दोन धनुष्ये, नंतर दोन कमळे, मग एक

वेळूची काठी, तिच्यामागून दोन तोंडली व ही सर्व सामुग्री एका चंद्रावर!

विक्रांत - प्रतोदा, चांगल्या वस्तूंची अशा रीतीने थट्टा करणे हे तुझ्यासारख्या जगद्द्वेष्ट्यालासुद्धा शोभत नाही. सर्वांतील सुंदर वस्तूंच्या उपमा जर द्यायच्या नाहीत तर द्यायच्या तरी कोणाच्या? चंद्राहून रम्य अशी एक तरी वस्तू आढळेल काय?

प्रतोद - ते खरे पण हे मुख चंद्रासारखे आहे असे म्हणण्याऐवजी मी काय म्हणेन ते माहीत आहे काय?

विक्रांत - नाही, पाहू द्या बरे आपली कवित्वशक्ती कशी काय आहे ती.

प्रतोद - मी असे म्हणेन की, हे मुख गणेश चतुर्थीच्या दिवशी पाहिले असता सज्जनावरही आळ यायचा! वर्णन जरी तेच, तरी पद्धती निराळी असावी.

प्रतोद - सज्जनांचा जय आणि दुर्जनांचा अपजय करणे हे नाटके, कादंबऱ्या करणारांना जितके साधते तितके ईश्वरास खचित साधत नाही.

विक्रांत - प्रतोदा, असले विचार खरेच का तुझ्या मनात घोळत असतात?

प्रतोद - देवाशपथ मी नास्तिक बनण्याच्या बेताला आलो आहे.

विक्रांत - (हसून) तुझ्याच वाक्याचा पूर्वभाग उत्तर भागाचे खंडन करत आहे.

चकोर - (प्रवेश करून) - (स्वत:शी) हा तापशाचा वेषांतर अंगावर चढविला! हा मला शोभत नाही असे कोण म्हणेल?

वेष योग्य हा । स्थितिला माझिया पहा ।। धृ०।।
योग्य अक्षमाला । अश्रुसंततीला ।
पात्र पात्र तेवी प्रेमयाचनेला ।
रागा वसनराग हा ।।१।।

असो; आता ती ज्या स्थली बसली असेल तिकडचाच मार्ग धरावा. (चालून) रावसाहेब व विहार वेगळे झाले ते एकाच वाड्याच्या दोन भागात निराळी बिऱ्हाडे करून राहिले आहेत. परंतु यापैकी मुलाचा कोणता आणि बापाचा कोणता भाग? हा भपकेदार भाग आनंदरावाचा असला पाहिजे तर आता दुसऱ्या भागाकडेच जावे. अहाहा! या अंगणात आणि या वृंदावनाजवळ आम्ही बालपणी किती प्रेमाच्या गोष्टी केल्या! ज्या घरी मी हक्काचा पाहुणा म्हणून जात असे त्या घरी प्रवेश करून घेण्याकरिता मला बैराग्याचा वेष घ्यावा लागला आहे! हे ते पारिजातकाचे झाड! याला जितकी पुष्पे हल्ली बिलगली आहेत, त्यापेक्षा अधिक आठवणी त्याशी संलग्न आहेत. त्याला पाहिल्याबरोबर माझ्या बालपणचा चित्रपट समोर उभा राहिला. प्रौढ वयातल्यापेक्षा या वयातला चित्रपट फार भडक रंगांनी रंगलेला असतो. पुढे कालगतीबरोबर तो फिक्का पडत जातो. या ठिकाणी मी पारिजातकाच्या

कळ्यांचा गजरा करून कितीदातरी तिच्या वेणीत घातला होता! तीच वेणी आता अस्ताव्यस्त व विखुरलेली आढळून येईल! चंद्रिका त्यावेळी स्वत:ही मनोहर स्त्रीत्वाची नुकतीच उमलू पाहणारी कळी होती. पण आता अकाली सुकून गेलेल्या पुष्पाप्रमाणे ती दिसून येईल. या स्थळी तिने कितीवेळा तरी रांगोळीची चित्रविचित्र स्वस्तिके काढावी आणि मी त्यांजमध्ये गुलाल भरावा. आणि कोणाचे कौशल्य अधिक याबद्दल आम्हामध्ये सप्रेम स्पर्धा चालावी! पण आता तिचा हात वक्ष:स्थल पिटण्यात गुंतला असेल आणि माझ्या हाती हे भिक्षापात्र आले आहे! या ठिकाणी मी अनेकवेळा तिच्या वेणीवर हात देऊन आणि सुंदर मुखकमलाकडे एकाग्र दृष्टी देऊन तिचे कुंकू नीट केले पण आता तिचा भालप्रदेश कुंकवावाचून कसा निस्तेज दिसत असेल! तिची वेणी तर कुंकवावाचून मणिविरहित सर्पाप्रमाणे किंवा शशिविरहित रात्रीप्रमाणे विशोभित दिसत असेल. काय चमत्कार आहे पहा! स्थळ तेच, वृक्ष तोच, वृंदावन तेच, मी तोच आणि चंद्रिकाही तीच! पण एका कुंकवाच्या टिळ्यावाचून या सर्वांची कांती नाहीशी झाली आहे! अरे, पण तीच आली वाटते! हरहर! तिचे असे निस्तेज मुख पाहण्यापेक्षा मी अंध का नाही झालो?

विहार - (स्वत:शी) घरी दारी, जेवताना, उठताना, बसताना, सगळीकडे आणि अष्टौप्रहर माझ्या प्रियेची मूर्ती समोर खेळत असते. प्रिये तरंगिणी, तुझे मजवर जितके निर्मल प्रेम होते तितकेच माझेही तुजवर आहे. तुझ्या सद्‌गुणांचे चिंतन करिता करिता मला एकंदर स्त्रीजातीविषयी इतका काही आदर वाटू लागला आहे की रस्त्याने कांकणांचा आवाज कानावर पडला पुरे की माझे नेत्र तिकडे फिरलेच म्हणून समजावे. तुझ्या मूर्तीशी साम्य ज्या ज्या स्त्रीत आढळते ती ती तुजप्रमाणेच मला प्रिय वाटते; मग ती कोणत्या का जातीची असेना! तुझ्यासारखी तरुण व लावण्यवती असली म्हणजे झाले. फार काय सांगू? अलीकडे पूजा करितानासुद्धा देव आणि देवी यांजमध्ये मला पक्षपात करावासा वाटतो. देवांच्या डोक्यावर कण्हेरीची व झेंडूंची फुले टाकून देवीच्या मस्तकी मात्र गुलाबाची आणि मोगऱ्याची फुले वाहतो. तसेच वेलांचा आणि दुर्वांचा भारा देवांवर सोडून देवींना तुळशीच्या मंजिऱ्या अर्पण करितो. परोपकार म्हणून या मुलांना शिकवण्यास सुरुवात केली तो हाच प्रकार तिकडेही होऊ लागला. गणित शिकवताना मुलांकडून बेरीज व वजाबाकी वारंवार करून घेतो आणि गुणाकार, भागाकार पडतात लांबणीवर! भूगोलातील सामुद्रधुनी, संयोगभूमी यांच्या व्याख्यांवर सारखी जोड सुरू करितो आणि समुद्र, महासागर वगैरे पुरुष मंडळी ठेवतो तशीच कोकलत! इतिहासातील चांदबिबी, मस्तानी यांच्या चरित्रांची पारायणे सुरू करून शिवाजी महाराज, बाजीरावसाहेब यांची पवित्र नावे इतिहासातल्या इतिहासातच राहू देतो! या प्रकारामुळे मुलेसुद्धा दांडगी होऊन माझे ऐकेनाशी झाली आहेत. मुलांपेक्षा मुली नि:संशय आज्ञाधारक

असतील.

कौसल्या - व्हय व्हय! तुला तत लई ग्वाड वाटलं! आन रातदिस तत चिलीम वडत पडून ऱ्हाव असंच वाटलं! पन रातचा परकार न्यारा आन दिसाचा न्यारा - जवा सुर्व्यनारायन लाल कांद्यावानी उगवतुया आन आबाळामदी वरवर येऊनशेनी ढवळ्या कांद्यावानी पांढरा फटक पडतुया तवाची सोबा काई न्यारी ऱ्हाती. आन जवा का लसनाच्या कांडीवानी चांदोबाची क्वार चमकतिया आन समदं तारं लुक लुक लुक करत्याती तवाची सोबाबी अक्षी न्यारी! जनु काय चाळणीमन्न पांढरं पीटच पडतंया!

रंगराव - कशी गर्दी झाली आहे पहा पोरांची! कोणी म्हणेल नाटक मंडळीचेच घर आहे. नाटक मंडळीतील पोरे दुसऱ्या मंडळीत पळून तरी जातात. पण येथे तीही सोय नाही. दरसाल पाहावे तो भरच पडत आहे. मी मात्र वैतागून पळून जाण्याच्या बेताला आलो आहे खरा.

सावकाराचे कर्ज ही एकच चीज अशी असते की जी थकली तरी फुगत जाते.

त्याच्या (तान्हुल्या श्यामच्या) वळलेल्या मुठी उघडून हाताचे पंजे पसरल्यास ते केळफुलाच्या पारीतील फणीसारखे नाजूक दिसत.

मराठी भाषेत कितीही वैगुण्ये असली तरी ती बोलणाऱ्या अर्भकास जगातील इतर अर्भकांच्या अगोदर आपल्या मातृदेवतेस नावाने आळवणे शक्य असते. या एका गुणापुढे ती वैगुण्ये पूर्णपणे लोपून जातात.

अशी उदाहरणे हवी तेवढी देता येतील. पारिजातकाचे झाड कितीही हलवा, लगेच टपटप फुलांचा सडा पडतोच. त्यातलाच कोल्हटकरांच्या भाषाशैलीचा प्रकार आहे. 'सुदाम्याचे पोहे' म्हणजे त्यांच्या भाषाशैलीच्या विविध व उत्कृष्ट नमुन्यांचा संग्रहच होय.

कोल्हटकरांच्या कल्पना, कोट्या सर्वस्वी निर्दोष आहेत असे नाही. पण पुष्कळदा वाचकाला जी कल्पना अतिशयोक्तिपूर्ण वाटते ती जशीच्या तशी घडलेली लेखकाने पाहिलेली असते. साधुसंतात डबीत ढेकूण घालून त्याची गुरुमाऊली म्हणून पूजा करणाऱ्या भक्तिबाज मनुष्याचे वर्णन आहे. ढेकूण मारण्याकरिता मशीनगन आणणाऱ्या माणसाच्या इतकीच ही गोष्ट वाचकांना असंभाव्य वाटते. पण त्यात अतिशयोक्तीचा लवलेशदेखील नाही. तथापि वाङ्मयाला कलादृष्टी जो कस लावते तो केवळ संभाव्यतेचा नसतो; त्याला सर्व स्पर्शित्वाचीही जोड दिलेली असते.

कोल्हटकरांच्या अद्‌भुतरम्य कल्पकतेतील रम्यतेचाच अनुकरणाच्या दृष्टीने अभ्यास होणे इष्ट ठरेल. रम्यतेला अद्‌भुततेची पार्श्वभूमी पुष्कळदा शोभून दिसते हे

खरे पण त्यातली प्रमाणबद्धता थोडीशी बिघडली की रम्यतेची मूर्ती देखील काल्पनिक, कृत्रिम व नाटकी वाटू लागते. कथानकात रंजकता उत्पन्न करण्याचे त्यांचे कौशल्य, कंदन-इंदिरेसारख्या उत्कट व विहार - आनंदरावासारखी शिथिल व्यक्ती रंगवण्यात व्यक्त झालेली त्यांची काव्यविनोदपूर्ण दृष्टी आणि वादकाने सफाईदार हाताने सतारीतून सुंदर स्वरजाल निर्माण करावे, त्याप्रमाणे त्यांच्या कृतीत फुलणाऱ्या कोट्या व कल्पना हे त्यांचे वाङ्मयगुण नि:संशय अमर आहेत.

साधेपणाचे भोक्ते कोल्हटकरांच्या भाषाशैलीला अलंकारिक ठरवून तिच्यावर त्याज्य असा शेरा मारतील. साधेपणा व स्वभावोक्ती हे व्यवहाराप्रमाणे वाङ्मयातही सद्गुण आहेत. पण त्यांच्या अतिरेकाला बावळटपणा व भाबडी वृत्ती अशी जगात नावे मिळतात, हे या साधेपणाच्या उपासकांनी विसरू नये. खरी गोष्ट अशी आहे की प्रतिभेच्या ठेवणीप्रमाणे लेखकाची भाषा बदलते. टॉलस्टॉयच्या बालबोध गोष्टी चांगल्या आणि टागोरांच्या अलंकारप्रचुर कथा वाईट असे वर्गीकरण करणारांची रसिकता एका डोळ्याने आंधळीच आहे असे म्हटले पाहिजे. इब्सेन- गॉल्सवर्दीच्या नाटकात सूचक व संयमित भाषा परिणामकारक होते पण शॉची नाटकं कोटिक्रम आणि वादविवाद यांनीच खुलतात. चेकॉव्ह साध्या, सरस शब्दांनी वातावरण निर्माण करतो, तर ओ'हेन्री कोट्या कल्पनांनी फुललेल्या भाषेने वाचकांना आकृष्ट करतो. 'लास्ट लीफ' या गोष्टीत जॉन्सी न्यूमोनियाने आजारी पडली हे सांगताना तो लिहितो,

In November, a cold, unseen stranger, whom the doctors call Pneumonia, stalked about the colony, touching one here and there with his icy finger. Over on the East side, this ravager strode boldly, smiting his victims by scores, but his feet trod slowly through the maze of the narrow and moss grown 'Places'

Mr. Pneumonia was not what you would call a chivalric old gentleman. A mite of a little woman with blood thinned by California zephyrs was hardly fair game for the red fisted, short-breathed old duffer. But Johnsy he smote and she lay, scarcely moving, on her painted iron bed-stead, looking through the small Dutch window-pans at the blank side of the new brick-house.'

न्यूमोनियाचे ओ'हेन्रीचे हे वर्णन वाचून स्वभावोक्तिवाले सर्दच होतील. पण दिवसा साधे दिसणारे आकाश रात्री नक्षत्रांनी अलंकृत होते. भाषाही तशीच नाही

का? हरिभाऊ आपटे, वरेरकर आणि य.गो.जोशी यांच्या इतकीच कोल्हटकर, गडकरी व अत्रे यांची भाषाशैलीही आनंददायक आहे हा अनुभव कुणाला नाही? या दृष्टीने पाहिले तर कोल्हटकरांची कल्पकतापूर्ण भाषाशैली ही नेहमीच मराठी वाङ्मयाचे भूषण मानले जाईल.

◆

कोल्हटकरांचे महाराष्ट्रगीत

सभा-समारंभातून जेव्हा जेव्हा मी कोल्हटकरांचे महाराष्ट्रगीत ऐकतो तेव्हा तेव्हा अनेक कुतूहलजनक प्रश्न माझ्या मनात निर्माण होतात. कोल्हटकरांना हे गीत कसे सुचले असावे हा त्यातला सर्वांत महत्त्वाचा प्रश्न. तसे पाहिले तर महाराष्ट्रगीत लिहिले गेले त्या वेळी त्यांचा माझा पत्रव्यवहार सुरू होऊन सहा-सात वर्षं लोटली होती. त्यांच्या सहवासात काही दिवस राहण्याची संधी मला मिळाली होती. त्या दिवसात मनमोकळ्या काव्यशास्त्र विनोदाचा आनंद मला लाभला होता. असे असूनही आज ज्या प्रश्नाबाबत माझ्या मनात कुतूहल निर्माण झाले आहे तो त्या वेळी बहुधा मला का सुचू नये याचे नवल वाटते. माझ्यावरल्या लोभामुळे हे गीत लिहिल्यानंतर त्यांनी ते माझ्याकडे पाठवले होते. त्या विषयीचे मत विचारले होते. काही शब्दांच्या समर्पकपणाबद्दल आणि किरकोळ फेरफाराबद्दल आमचा पत्रव्यवहार झाला होता. महाराष्ट्रगीताबाबत त्यांची प्रथम पाच-सहा पत्रे व त्यानंतर शेवटी तार आल्याचे मला अजून आठवते. मात्र माझ्या गबाळग्रंथी कारभारामुळे ती पत्रे व तार आज माझ्या संग्रही नाही तर याचे वाईट वाटते. त्या अनुषंगाने कोल्हटकरांसारखा सुप्रतिष्ठित लेखक उतारवयात दृष्टी व प्रकृती यांची अनुकूलता नसताना आपली एक कविता निर्दोष व्हावी म्हणून तिचे संस्करण करण्याकरिता केवढे परिश्रम घेतो याची कल्पना आजच्या साहित्यप्रेमी रसिकांना येऊ शकली असती.

या गीताविषयी विचार करू लागले म्हणजे प्रथमतःच एक गोष्ट लक्षात येते - कोल्हटकरांनी कविता फार थोडी लिहिली आहे. महाराष्ट्रगीत धरून त्यांच्या अवघ्या सोळा कविता उपलब्ध आहेत. त्यातल्या बहुतेक पूर्व वयात लिहिल्या गेल्या आहेत. ते श्रेष्ठ दर्जाचे सांगीतिक होते. त्यामुळे संगीत नाटकांच्या अनुषंगाने त्यांनी विपुल पद्यरचना केली; त्यातली अनेक पदे लोकप्रिय झाली. त्यांच्या पदांवर क्लिष्टतेचा आरोप करणाऱ्या टीकाकारांनीसुद्धा यातल्या कल्पनाविलासाविषयी गौरवाचे उद्गार काढले आहेत. हे सर्व खरे असले आणि श्री.पु.शि.रेग्यांसारखे एक प्रमुख

विद्यमान कवी कोल्हटकरांना 'रविकिरण मंडळाचे अरुण' असे संबोधित असले तरी काव्यलेखन आणि काव्यवाचन यांच्याकडे कोल्हटकरांचा फारसा ओढा होता असे वाटत नाही. ते कविसंमेलनाचे अध्यक्ष झाले याचे कारण रसिक आणि चिकित्सक टीकाकार म्हणून त्या काळात ते सर्वमान्य झाले होते हे आहे.

अशा स्थितीत काव्यलेखनाला पूर्णविराम दिल्यानंतर कविता लिहिण्याचा छंद पूर्णपणे सुटून गेल्यावर कोल्हटकरांना महाराष्ट्रगीत लिहिण्याची प्रेरणा का व्हावी, हे साहित्य निर्मितीचे उगम शोधण्याच्या दृष्टीने एक गमतीदार कोडे आहे. त्यांच्या ठिकाणी देशभक्तीची जी भावना तेवत होती, ती रानडे परंपरेने वृद्धिंगत केलेली अत्यंत सौम्य आणि शांत. साहजिकच ती गोविंद सावरकर, विनायक, माधव, तिवारी, अज्ञातवासी यांच्या काव्यात आढळणाऱ्या राष्ट्रभक्तीच्या भावनेपेक्षा निराळ्या प्रकारची होती. ती मुख्यत: बुद्धिनिष्ठ असल्यामुळे शाहिरी परंपरेशी तिचे कुठलेही नातेगोते नव्हते. खाडिलकर आणि शिवरामपंत परांजपे यांच्याप्रमाणे कोल्हटकरांचे व्यक्तिमत्त्व उग्र किंवा उत्कट पण भावनाधिष्ठित राष्ट्रीय वृत्तीने झपाटले गेले होते, असेही म्हणता येणार नाही. बुद्धिनिष्ठता ही त्यांच्या सर्व लेखनाची बैठक होती. त्यामुळे त्यांच्या सर्व नाटकातून देशभक्तीला पोषक असे उद्‌गार आपण शोधू लागलो तर ते अगदी विरळ सापडतील. कोल्हटकरांच्या प्रतिभेचे सामर्थ्य आणि तिच्या मर्यादा, त्याचे संवेदनेभोवती असलेले बुद्धिवादाचे कवच, त्यांचे संकोची व्यक्तिमत्त्व इत्यादी गोष्टी लक्षात घेतल्या म्हणजे त्यांच्या प्रतिभेने उतारवयात महाराष्ट्रगीत निर्माण करावे ही थोडी नवलाची गोष्ट वाटते.

१९२७ च्या सुमाराला हे गीत लिहिले गेले. १९२० ते १९३० या दशकात राष्ट्रीय भावना चेतवण्याच्या दृष्टीने ऐतिहासिक कवितेला बहर आला असला तरी जी राष्ट्रीय कविता लिहिली जात असे तिचे वळण 'हा हिंद देश माझा' यापेक्षा फारसे भिन्न नव्हते. प्रांतीय अस्मितेचा किंवा अहंतेचा गौरव करण्याची इच्छा, परकीय सत्तेशी झुंज घेण्याच्या वृत्तीने भारलेल्या त्या काळात निर्माण होण्याची फारशी शक्यता नव्हती. अशा स्थितीत महाराष्ट्राच्या अस्मितेचे स्वरूप सुंदर रीतीने दिग्दर्शित करणारे हे गीत लिहिण्याची प्रेरणा कोल्हटकरांना व्हावी हा साहित्यातला एक अपूर्व योगायोग आहे.

कोल्हटकर स्वभावत:च बुद्धिवादी. त्यामुळे शाहिरी परंपरेला शोभणारे, भूतकाळाचे गुणगान व गुणगौरव त्यांच्या गद्यात काय किंवा पद्यात काय सहसा आढळत नाही हे स्वाभाविकच आहे. भारतीय संस्कृतीने चिरंतन मानलेल्या जीवनमूल्यांचा पुरस्कार व त्या अनुषंगाने येणारे चिंतन खाडिलकरांच्या नाटकांप्रमाणे कोल्हटकरांच्या नाटकातच नव्हे तर अन्य प्रकारच्या लेखनातही दृग्गोच्चर होत नाही. सुदाम्याच्या पोह्यात तर त्यांची भूमिका परंपरेच्या पूजकाची नसून तिच्या भंजकाची होती. असे

असूनही महाराष्ट्रगीत त्यांना स्फुरावे याचे कारण एकच दिसते. शिवाजी महाराज आणि न्यायमूर्ती रानडे हे त्यांच्या लेखी दोन आदर्श पुरुष होते. कल्याणच्या सुभेदाराची लावण्यवती सून पुढे आली असताना तिला शिवाजी महाराजांनी सन्मानपूर्वक परत पाठविले. या प्रसंगावर कोल्हटकरांनी १९२१ मध्ये 'शिवपावित्र्य' नाटक लिहिले, ते १९२४ मध्ये प्रकाशित झाले. या नाट्यलेखनाच्या वेळी जसे शिवाजी महाराजांचे समग्र धीरोदात्त चरित्र त्यांच्या डोळ्यांपुढे उभे राहिले असेल तसाच त्यावेळचा खडबडून जागा झालेला शूर, त्यागी महाराष्ट्राचा चित्रपटही त्यांच्या मनश्चक्षूपुढून सरकला असेल. त्या गौरवशाली चित्रपटाच्या दर्शनाने त्यांना या गीताची स्फूर्ती झाली असण्याचा संभव आहे.

कोल्हटकरांचे महाराष्ट्रगीत आणि गडकऱ्यांचे अपूर्ण राहिलेले श्री महाराष्ट्रगीत या दोन्हीची तुलना एका दृष्टीने मोठी मनोरंजक आहे. गडकरी हे कोल्हटकरांचे पट्टशिष्य. गुरूहून अधिक प्रतिभाशाली. पण गुरूंच्या ठिकाणी नसलेली शाहिरीवृत्ती त्यांच्यामध्ये स्वभावतःच होती. काव्यलेखनाच्या प्रारंभीच्या काळात पानपतचा फटका त्यांनी लिहिला तो याच वृत्तीमुळे. पुढे राजसंन्यासाच्या लेखनातही ती वृत्ती मोठ्या प्रभावीपणे प्रकट झाली. या शाहिरी वृत्तीमुळेच गडकऱ्यांच्या महाराष्ट्रगीताचा प्रारंभ 'अंजनकांचन करवंदीच्या काटेरी देशा, बकुळ फुलांच्या प्राजक्तीच्या दळदारी देशा' अशा काव्यमय पंक्तींनी झाला असला तरी ती कविता एखाद्या वर्णनपर पवाड्यासारखी पसरट होत गेली आहे. महाराष्ट्राची ऐतिहासिक, भौगोलिक, साहित्यिक अशी विविध प्रकारची महत्ता सविस्तर वर्णन करण्यात दहा कडवी खर्ची पडली असूनही ती कविता अपूर्णच राहिली आहे.

कोल्हटकरांच्या ठिकाणी गडकऱ्यांचा हा भावुकपणा नसल्यामुळे त्यांचे महाराष्ट्रगीत सुटसुटीत व बुद्धी आणि भावना यांचा समतोल साधणारे झाले आहे. मात्र साम्यविरोधावर आधारलेला कल्पनाविलास हे गुरू व शिष्य या दोघांचेही बलस्थान असल्यामुळे गडकऱ्यांच्या गीतात 'जरिपटक्यासह भगव्या झेंड्याच्या एकचिदेशा' ही ओळ जशी येते तशी कोल्हटकरांच्या कवितेत 'जरिपटका भगवा झेंडाही डोलती' या स्वरूपात ती आढळते. 'विक्रम वैराग्य एक जागी नांदती' हा एकप्रकारचा गडकऱ्यांच्या गीतातला प्रतिध्वनीच आहे. तथापि कोल्हटकरांचा भर साम्यविरोधात्मक कल्पनाविलासावर अधिक आहे. त्यामुळे 'रत्नाचा मौक्तिकांही मूल्य मुळी नुरे । रमणीची कूस जिथे नृमणिखनि ठरे ।' अशा ओळी त्यांच्या गीतात अधिक आढळतात. कोल्हटकरांच्या नाटकातल्या अनेक पदातलं माधुर्य महाराष्ट्रगीतातही आहे. पण त्या माधुर्याबरोबरच संस्कृतप्रचुर शब्दयोजनेचे त्यांच्या रचनेचे वळणही महाराष्ट्रगीतात प्रतिबिंबित झाले आहे.

कोल्हटकरांच्या गीताचे ध्रुवपद प्रसन्न व भावनेला आवाहन करणारे आहे. या

गीताच्या पहिल्या दोन कडव्यातली कल्पनेची चमक मनाला गुदगुदल्या करून जाते. नंतरच्या दोन कडव्यात उज्ज्वल इतिहासाचा वारसा लाभलेल्या गौरवाचे वर्णन आहे. शेवटचे कडवे या भूतकाळाशी वर्तमानाशी सांगड घालून भविष्याचे उज्ज्वल स्वप्न रंगवत आहे.

'वचनि लेखनीही मराठी हिरा दिसो' ही ओळ कोल्हटकरांच्या मातृभाषेवरल्या भक्तीची आणि त्या अनुषंगाने त्यांनी केलेल्या तपस्येची द्योतक आहे. या कडव्यातील 'देह पडो तत्कारणी ही असे स्पृहा' ही ओळ 'तुझे कारणी देह माझा पडावा' या ओळीची आठवण करून देते. आणि कालौघाबरोबर समाजाची पूजास्थाने कशी बदलत जातात या गोष्टीवर प्रकाश टाकतात.

अनेक गुणांनी युक्त असलेले हे गीत आपले राज्यगीत करण्याचा महाराष्ट्रशासनाचा विचार आहे, ही गोष्ट स्वागतार्ह आहे. कारण या गीतात महाराष्ट्राची अस्मिता प्रकट झाली असली तरी तिला अहंतेचा कुठेही स्पर्श झालेला नाही. राष्ट्रीय एकात्मतेच्या दृष्टीने राज्यगीते आपल्या अस्मितेचं दर्शन घडविणारी पण अहंतेपासून अलिप्त अशीच असायला पाहिजेत. या कसोटीला हे गीत पूर्णपणे निश्चित उतरेल. मात्र हे राज्यगीत झालं तर साहित्याच्या इतिहासात आढळून येणाऱ्या अनेक नवलात आणखी एकाची भर पडेल. कोल्हटकरांनी आयुष्यभर निष्ठेने साहित्यसेवा केली ती मुख्यत: टीका, नाट्य, विनोद या क्षेत्रात. पण सर्वसामान्य माणसाला त्यांचा नित्य परिचय होत राहील तो एक कवी म्हणून, महाराष्ट्रगीताचे निर्माते या नात्याने.

◆

श्रीपाद कृष्णांचे नाट्यलेखन

जन्मशताब्दीच्या निमित्ताने तरुण पिढीतल्या साहित्यिकांचे व साहित्यप्रेमी रसिकांचे लक्ष कोल्हटकरांच्या कर्तृत्वाकडे वळावे आणि त्याचे पुनर्मूल्यमापन सुरू व्हावे हे स्वाभाविकच आहे. अशा प्रसंगीच जुन्या साहित्याचे पुर्नमूल्यमापन होऊ लागते. त्यातले अस्सल सोने किती आणि हीण किती याची जाण अभ्यासकांना येते. अभिजात रसिकतेची परंपरा कायम राहण्याला या पुर्नमूल्यमापनाची मोलाची मदत होते.

१

कोल्हटकर आपल्या ऐन उमेदीच्या काळात साहित्यक्षेत्रात गाजले ते तीन नात्यांनी - नाटककार, टीकाकार आणि विनोद-पंडित म्हणून. वाङ्मयाचे श्रेष्ठत्व सिद्ध व्हायला त्याला अनेक चाळण्यांतून पार पडावे लागते. पाठांतर, रूपांतर आणि कालांतर या अभिजात साहित्याच्या तीन कसोट्या आहेत असे कोल्हटकरांनी म्हटले आहे. (कोल्हटकर लेखसंग्रह पृ. ६२७) या तिन्ही कसोट्यांना 'सुदाम्याचे पोहे' हे त्यांचे विनोदी लेखन (विशेषत: 'चोरांचे संमेलन', 'याचक', 'चित्रगुप्ताचा जमाखर्च', 'साधुसंत' यांसारखे त्यातले लेख) उतरू शकते. मराठीत टीकालेखनाला अद्यापिही अनेक मर्यादा असल्या तरी कोल्हटकर हे मराठीतल्या वाङ्मयीन टीकेचे पहिले प्रमुख अध्वर्यु होते, याविषयी दुमत होणार नाही. मात्र त्यांचे नाट्यलेखन हा एक वादग्रस्त विषय आहे. आजच्या तरुण पिढीनेच काय पण तिच्या पितृस्थानी असणाऱ्या पिढीनेही कोल्हटकरांची नाटके पाहिली असण्याचा संभव नाही. व्यावसायिक रंगभूमीवर आलेले त्यांचे शेवटचे नाटक म्हणजे 'जन्मरहस्य'. ते १९१८ साली बलवंत नाटकमंडळीने रंगभूमीवर आणले. याच सुमाराला गोविंदराव टेंब्यांच्या शिवराज संगीत मंडळीने हौसेने 'मतिविकार' बसवल्याचे मी ऐकले आहे. त्यानंतर काही नाटक मंडळ्यांनी क्वचित 'मूकनायका'चे प्रयोग केले असले तरी, १९१६ साली 'स्वयंवरा'पासून संगीत नाटकाचा जो नवा जमाना सुरू झाला, त्याने

कोल्हटकरांचे कोणतेही नाटक रंगभूमीवर राहू दिले नाही. पुढे मराठी रंगभूमीलाच फार वाईट दिवस आले. तिच्या दैन्यावस्थेचा मधला काळ संपल्यानंतर जो नवा जमाना सुरू झाला त्यात डॉ. भालेरावांसारख्या कोल्हटकरभक्तांनी जुने 'मूकनायक' किंवा नवे 'मायाविवाह' रंगभूमीवर उभे करण्याचा प्रयत्न केला. नाही असे नाही, पण तो यशस्वी झाला नाही. ललितकलादर्शच्या बाबूराव पेंढारकरांनी मोठ्या आस्थेने कोल्हटकरांची 'प्रेमशोधन' व 'वधूपरीक्षा' ही नाटके रंगभूमीवर आणली होती. त्यांतल्या 'वधूपरीक्षे' ने ललितकलेच्या पडत्या काळात तिला थोडा हातभार लावला. पण तो अल्पकाळ.

लहानपणापासून कोल्हटकर वाङ्मयाचा भक्त असूनही मला कशीबशी त्यांची चार नाटके पाहायला मिळाली आहेत. 'वीरतयन', 'मूकनायक' हे १९०५-६ पासून १९१५-१६ पर्यंत तीन-चार वेळा पाहिल्याचे आठवते. 'वधूपरीक्षा' मी कॉलेजात जाण्याच्या सुमाराला रंगभूमीवर आले. सांगलीहून मिरजेला पायी चालत जाऊन मी ते नाटक पाहिले. 'वीरतयन' व 'प्रेमशोधन' ही मी कॉलेजात असताना १९१४ ते १९१६ या काळात किर्लोस्कर व गंधर्व यांनी पुनरुज्जीवित केली होती. ती मला योगायोगाने पाहायला मिळाली. पण त्या नाटकाचे फारसे प्रयोग झाल्याचे आठवत नाही.

हा सारा इतिहास सांगण्याचे कारण एकच आहे. देवल, खाडिलकर आणि गडकरी यांच्या नाटकांनी जशी रंगभूमी गाजवली, तशी कोल्हटकरांच्या नाटकांनीही ती एकेकाळी गाजवली असावी, असा आजच्या काही अभ्यासकांचा समज असल्यास तो निराधार आहे, हे त्यांच्या लक्षात यावे. वर उल्लेखलेल्या तीन नाटककारांना लाभलेले अमाप यश कोल्हटकरांच्या वाट्याला कधीच आले नाही. नावीन्यामुळे 'वीरतयन', 'मूकनायक' व 'गुप्तमंजुष' या त्यांच्या पहिल्या नाटकांचे पुष्कळ कौतुक झाले असेल. कोटीबाज संवाद, नव्या चालीची सुंदर कल्पनांनी नटलेली पदे आणि प्रणयभावनेचा कल्पनारम्य आविष्कार इत्यादिकांमुळे 'मूकनायक' अधिक लोकप्रिय झाले असेल. त्याला इतर भावंडांपेक्षा रंगभूमीवर अधिक आयुष्य लाभले असेल. पण नाटककार म्हणून कोल्हटकरांना त्यांच्यामागून आलेल्या खाडिलकर, वरेरकर, गडकरी यांनी कितीही गौरवले असले, तरी प्रत्यक्ष रंगभूमीवर त्यांच्या बहुतेक नाटकांना बेताबेताचीच लोकप्रियता मिळाली, हे विसरून चालणार नाही. याला अपवाद फक्त 'मूकनायक'.

तेव्हा कोल्हटकरांची नाटके त्यांच्या काळात फार लोकप्रिय होती, हे गृहीत धरून ती रंगभूमीवरून नामशेष का झाली, हे कोडे सोडवण्याचा प्रयत्न करण्यात काही अर्थ नाही. सर्वसामान्य प्रेक्षकांच्या दृष्टीने जिला नाट्याची रंगत म्हणता येईल ती त्यांच्या नाटकात प्रकर्षाने कधीच प्रकट झाली नाही. त्यांच्या नाटकांना काही

काळ जी मर्यादित लोकप्रियता मिळाली ती मुख्यत: त्या वेळचा सुशिक्षित तरुण त्यांचा भक्त बनल्यामुळे. या भक्तीचा उगम कशात होता? याचा शोध आपण घेऊ लागलो तर कोल्हटकरांच्या नाटकात कोणत्या प्रकारचे गुण होते आणि त्यांना किती प्रकारच्या मर्यादा होत्या याची थोडी फार कल्पना येऊ शकेल.

कोल्हटकरांची पुष्कळशी नाटके रंगभूमीवर अल्पजीवी ठरली. त्यांच्या शेवटच्या चार नाटकांपैकी 'मायाविवाह' चा प्रयोग हौसेने केला गेला असला, तरी त्याला व्यावसायिक रंगभूमीचे दर्शन कधीच झाले नाही. त्यांचे जास्तीत जास्ती गाजलेले आणि लोकप्रिय असलेले नाटक म्हणजे 'मूकनायक'. १९०० ते १९२० या कालखंडातल्या तरुण व प्रौढ सुशिक्षितांचे ते एक आवडते नाटक होते. भाऊराव कोल्हटकरांच्या मृत्यूनंतर किर्लोस्कर संगीत मंडळी पुन्हा नीट उभी राहू शकेल की नाही अशा संशयाच्या काळात हे नाटक तिने रंगभूमीवर आणले. जोगळेकरांची विक्रांताची रुबाबदार भूमिका, सेवकाच्या प्रेमात पडलेल्या मुग्ध राजकन्येची बालगंधर्वांची गोड भूमिका, प्रतोदासारख्या नवीन प्रकारच्या स्वभावरेखेला बोडसांनी आपल्या अभिनयाने आणलेला जिवंतपणा, चतुर आणि चटकदार संवाद, कोट्या-प्रतिकोट्यांची लयलूट, गद्य आणि संगीत यांचा 'सौभद्रा'प्रमाणे झालेला गोड मिलाफ; सर्व नाटकभर पसरून राहिलेले संगीताचे धुंद वातावरण, या सर्वांच्या समुच्चयामुळे १९०० ते १९१० या दशकात 'मूकनायक' हे 'सौभद्र' आणि 'शारदा' यांच्याशी स्पर्धा करू शकणारे पण वाङ्मयदृष्ट्या त्यांच्यापेक्षा उच्च कोटीतले नाटक मानले गेले. या संदर्भात गणपतराव बोडसांनी एकदा खासगी संभाषणात सांगितलेली गोष्ट मला आठवते. किर्लोस्कर संगीत मंडळीने खाडिलकरांना जेव्हा संगीत नाटक लिहिण्याची सुपारी दिली, तेव्हा खाडिलकरांनी ते एका अटीवर मान्य केले. ती अट अशी होती - किर्लोस्कर मंडळीने पुण्यात आपला मुक्काम चार-सहा महिने ठेवला पाहिजे. आणि त्या मुक्कामात शनिवारी 'सौभद्र' आणि रविवारी 'मूकनायक' किंवा शनिवारी 'मूकनायक' आणि रविवारी 'सौभद्र' असे खेळ तिने लावले पाहिजेत. किर्लोस्कर मंडळीने त्याप्रमाणे व्यवस्था केली. खाडिलकर प्रत्येक शनिवारी आणि रविवारी आळीपाळीने ही दोन्ही नाटके अथपासून इतिपर्यंत पाहत असत. आपल्याला संगीत नाटक लिहायचे आहे; किर्लोस्कर, देवल, कोल्हटकर यांच्या लोकप्रिय संगीत नाटकांवर मात करायची आहे, संगीत नाटकाची प्रकृती गद्य नाटकापेक्षा भिन्न असल्यामुळे तिचा पूर्ण परिचय आपल्याला करून घेतला पाहिजे, हे सर्व लक्षात घेऊन खाडिलकरांनी ही योजना सुचवली असावी हे उघड आहे. त्यांच्यासारखा सिद्धहस्त आणि प्रतिभावान नाटककारसुद्धा नवे काही करताना अभ्यासाची बैठक कशी घालत असे, हे या आठवणीवरून जसे लक्षात येते. तसेच 'मूकनायक' हे 'सौभद्र' इतकेच यशस्वी संगीत नाटक मानले जात होते, हेही तिच्यावरून उघड

होते. ('सौभद्र' आणि 'मूकनायक' या दोन्ही नाटकांची या खाडिलकरांच्या पहिल्या वहिल्या संगीत नाटकावर कशी छाया पडली आहे, हा वाङ्मयदृष्ट्या अभ्यासण्याजोगा विषय आहे. ललितकृतीचा उगम आणि विकास लेखकाचा अनुभव आणि आविष्कार इत्यादि अनेक गोष्टींवर या तिन्ही नाटकांच्या तुलनात्मक चर्चेने प्रकाश पडू शकतो.)

कोल्हटकरांची नाटके त्यांच्या ऐन उमेदीच्या काळात कितीशी लोकप्रिय होती याची ही सविस्तर माहिती झाली. देवल, खाडिलकर किंवा गडकरी यांच्यासारखे लोकप्रियतेचे उधाण कोल्हटकरांच्या नाटकांना कधीच लाभले नाही. देवल, खाडिलकर आणि गडकरी आजही या नाही त्या नाटकाच्या रूपाने रंगभूमीवर उभे आहेत. पण कोल्हटकर १९१५-२० च्या मानाने रंगभूमीवरून जे अस्तंगत झाले ते कायमचे.

लोकप्रियता हीच काही एखाद्या ललितकृतीच्या श्रेष्ठतेची खूण नव्हे हे खरे. पण लोकप्रियतेशिवाय रंगभूमीवर नाटक टिकू शकत नाही हेही तितकेच खरे. मात्र ते जसे शेकडो प्रेक्षकांच्या समुदायाला धुंद करून सोडते, तसे ते एकांतात वाचनाचा आस्वाद घेणाऱ्या रसिकांच्या मनातही फुलू शकते. प्रायोगिक यशाच्या दृष्टीने कोल्हटकर पराभूत झाले, हे खरे असले तरी मराठी नाटकांच्या विकासाच्या इतिहासात त्यांचे स्थान फार महत्त्वाचे आहे. एखाद्या नदीच्या विशाल पात्राने दोन भूप्रदेश तोडले जावेत, त्यांच्यात दळणवळणाची बिलकूल शक्यता नसावी, पण एखादा मोठा पूल बांधला जाऊन त्यांचे दळणवळण सुरू व्हावे तसे कोल्हटकरांच्या नाट्यलेखनाने घडले. त्यांची नाटके हा जुन्या संस्कृतपद्धतीचे नाट्य आणि पाश्चात्त्य नाट्य यांना जोडणारा मोठा पूल होता. कथा, स्वभावरेखन, संवाद, पदे या नाटकाच्या घटकात कोल्हटकरांनी परंपरागत नाट्यलेखनाचा चेहरामोहरा बदलून टाकला. गडकऱ्यांनी 'प्रेमसंन्यासा'च्या अर्पणपत्रिकेत 'स्वतंत्रशक्तीचे नाटककार' म्हणून त्यांचा जो उल्लेख केला आहे तो कोल्हटकरांच्या नाटकातल्या अशा प्रकारच्या हरतऱ्हेच्या नावीन्याला उद्देशूनच आहे.

कोल्हटकरांचे 'वीरतनय' रंगभूमीवर येईपर्यंत देवलांनी जी नाट्यरचना केली ती संस्कृत व इंग्रजी नाटकांच्या आधारे. ('शापसंभ्रम' तेवढे बाणाच्या कादंबरीवर आधारलेले आहे.) किर्लोस्करांचे 'सौभद्र' व अपूर्ण 'रामराज्यवियोग' ही दोन्ही नाटके पौराणिकच होती. पुराणकथांच्या आणि संस्कृत अथवा इंग्रजी आधाराच्या चौकटीत सापडलेल्या नाट्यकथेला नवा मार्ग 'वीरतनय' आणि 'मूकनायक' यांनी मोकळा करून दिला. इंग्रजी शिक्षणाचा प्रसार त्या काळी फारसा झाला नव्हता. त्यामुळे सुशिक्षित वर्ग मर्यादित होता. पण हा सुशिक्षित बौद्धिक आणि भावनिक अशा दोन्ही दृष्टींनी एका संघर्षभूमीवर उभा होता. धार्मिक, सामाजिक आणि राजकीय गोष्टीत जुने आणि नवे यांचा झगडा त्याच्याभोवती चाललेला होता. इंग्रजी वाङ्मयाचा रसास्वाद घेण्याची संधी मिळाल्यामुळे त्याच्या साहित्य-सौंदर्याच्या जाणिवा विस्तारल्या होत्या.

त्याच्या ठिकाणी नव्या बौद्धिक आणि भावनिक भुका निर्माण झाल्या. अशा या अल्पसंख्य पण बहुश्रुत आणि रसिक व नावीन्योत्सुक वर्गाला कोल्हटकरांच्या पहिल्या चार-पाच नाटकांनी रिझवले. त्याच्या बुद्धीला गुदगुल्या केल्या. कायम ठशाच्या स्वभावचित्रापेक्षा थोड्या निराळ्या नमुन्याचे स्त्री-पुरुष त्याच्यापुढे उभे केले आणि घटना, शब्द, अर्थ, कल्पना यांच्या चमत्कृतीचा फुलोरा अथपासून इतिपर्यंत फुलवून त्याला अद्‌भुतरम्यतेचा अपरिचित आनंद प्राप्त करून दिला. चतुर संवाद, काव्यात्म शैली, कोट्या-प्रतिकोट्यांचे दारूकाम इत्यादिकांमुळे कोल्हटकरांची पहिली काही नाटके बुद्धिजीवी सुशिक्षित वर्गाला फार आकर्षक वाटली असली तर त्यात नवल नाही. कोल्हटकरांनी मराठी रंगभूमीला रंजक आणि कल्पक संवादाची दिलेली ही महत्त्वाची देणगी केवळ गडकरी - वरेरकरांसारख्या त्यांच्या शिष्यांची नाटकेच संपन्न करून राहिली नाही तर तिने मराठी नाटकांतल्या संवादलेखनाचे स्वरूपच पालटून टाकले. काल परवाचे 'तुज आहे तुजपाशी' घ्या किंवा आजचे 'नटसम्राट' घ्या, त्यातल्या विनोदी किंवा काव्यात्म शैलीचा आणि संवादसौंदर्याचा उगम शोधत आपण मागे गेलो तर सरळ 'मूकनायका'पर्यंत जाऊन पोचतो.

कोल्हटकरांच्या नाट्यलेखनाने मराठी नाटकातल्या संवादांना जसे सुंदर, चटकदार स्वरूप दिले, तसेच विनोदाच्या बाबतीतही मराठी रंगभूमीचे स्वरूप त्याने पूर्णपणे बदलून टाकले. परंपरागत रंगभूमीवर विदूषकापेक्षा अन्य असे विनोदी पात्र नसे. संस्कृतमधले एक 'मृच्छकटिक' वगळले तर इतर संस्कृत नाटकांमध्ये विदूषकाखेरीज अन्य पात्रांच्या संभाषणात हास्य-विनोद, नर्मविनोद किंवा अन्य कोणत्याही प्रकारचा विनोद सहसा आढळत नाही. या विदूषकाच्या तोंडी क्वचित एखादे मार्मिक किंवा मजेदार वाक्य आढळते. पण सामान्यतः त्याचे काम राजाचा मित्र म्हणून त्याच्याबरोबर वावरणे, त्याच्या प्रेमप्रकरणात त्याला यथाशक्ती साहाय्य करणे आणि खादाडपणासारख्या गोष्टींच्याद्वारे क्षणभर हशा निर्माण करणे एवढेच असे. 'मूकनायका'ने ही चाकोरी बदलवून टाकली. नायक-नायिकांनी अथपासून इतिपर्यंत गांभीर्याने वागले पाहिजे हा शिरस्ता या नाटकाने मोडला. नायक-नायिकाही खेळकरपणाने एकमेकांशी बोलू शकतात, त्यांच्या प्रणयभावनेला विनोदाची जोड मिळाली, तर ती अधिकच खुलून दिसते हे मराठी प्रेक्षकांना 'मूकनायक' वरून प्रथम प्रचित झाले. दारुड्या विकठ, जगद्द्वेष्टा प्रतोद, कपटी पण मूर्ख केयूर आणि पुरुषद्वेष्टी वेत्रिका या 'मूकनायका'तल्या दुय्यम पात्रांचे प्रसंगही शाब्दिक व कल्पनानिष्ठ विनोदाने नटले आहेत. उन्हाळ्यात माठातले थंडगार पाणी पिताना त्याला वाळ्याचा सुगंध येत असला तर ते जसे अधिक सुखप्रद वाटते, तसे 'मूकनायका'तल्या या नावीन्याने नटलेल्या गोष्टींना त्यातल्या अगदी निराळ्या पद्धतीच्या संगीताने अधिक आकर्षक बनवले आणि तत्कालीन प्रेक्षकांना मुग्ध केले.

कोल्हटकरांनी मराठी रंगभूमीवर आणलेल्या विविध विनोद-प्रकारांनी ती अधिक रंजक बनली. श्लेष, चमत्कृती, उपहास, विडंबन, अतिशयोक्ती इत्यादिकांच्या साहाय्याने कोल्हटकरांनी सुरू केलेली ही परंपरा खाडिलकरांसारख्या अत्यंत भिन्न व्यक्तिमत्त्वाच्या आणि प्रतिभाधर्माच्या नाटककारालाही स्वीकारावी लागली. त्यामुळे मूलत: गंभीर असलेल्या नाटकात विनोदाचे सवते सुभे निर्माण झाले; औचित्याला व प्रमाणबद्धतेला शह मिळू लागला आणि सामान्य मगदुराच्या अनेक नाटककारांनी या वाहत्या प्रवाहात हात धुऊन घेतले. हे सारे खरे असले तरी शृंगार, वीर आणि करुण या रसांइतकाच हास्यरस हा रंगभूमीचा एक प्राण आहे, याची पुढील सर्व नाटककारांना कोल्हटकरांच्या मुळेच जाणीव झाली. इतकेच नव्हे तर त्यांचा थोडा फार कित्ता गिरवूनच मराठी नाटकातला विनोद विस्तार पावला. पुढे काही काळाने त्याला विकासाची दिशाही सापडली. स्वयंपूर्ण विनोदी नाटकांची नवी परंपरा यातूनच निर्माण झाली. शं.प.जोशी, गडकरी, वरेरकर, माधवराव जोशी आणि अत्रे यांनी कोल्हटकरांनी लावलेल्या विनोदवृक्षाच्या शाखा कशा फुलवल्या, हा अभ्यासण्याजोगा विषय आहे. 'मूकनायक', 'विचित्रलीला', 'हाच मुलाचा बाप', 'भावबंधन', 'म्युनिसिपालिटी', 'साष्टांग नमस्कार' आणि 'तुज आहे तुजपाशी' ही नाटके क्रमाने वाचत गेले म्हणजे त्यांची बाह्यरूपे भिन्न असली आणि ती लिहिणारे नाटककार आपापल्या परीने स्वतंत्र बुद्धीचे असले, तरी ऐतिहासिक दृष्टीने ते कोल्हटकरांचे वारसदार आहेत हे लक्षात आल्यावाचून राहत नाही.

जी स्थिती विनोदाची तीच प्रणयचित्रणाची. तसा स्त्री-पुरुषांचे प्रेम हा विषय सनातन आहे. संस्कृत नाटक तर पुष्कळसे या विषयाभोवतीच गुंजारव करत राहिले. पण बालविवाहासारख्या अनेक रूढींनी दीर्घकाळ बद्ध केलेल्या भारतीय समाजात उभय पक्षी होणारा प्रणयाचा मनमोकळा आविष्कार दिसून येणे अशक्य होते. मराठी पंडिती काव्याने राधा-कृष्णाच्या प्रेमलीलांचा आश्रय करून आणि शाहिरी वाङ्मयाने कामभावनेला मुक्त अवसर देऊन समाजाची ही भूक कशीबशी भागवली. पौराणिक कथांच्या किंवा त्यांच्याशी सदृश असलेल्या कल्पितकथांच्या द्वारे पूर्वीही प्रणयाचे सांकेतिक चित्रण केले जात असे. पण सुशिक्षितांना इंग्रजी साहित्याच्याद्वारे पाश्चात्त्य संस्कृतीच्या आणि तिच्यातल्या मनमोकळ्या प्रणयचित्रणाचा परिचय झाला. प्रणयाचे एकतर्फी चित्रण नेहमीच खुरटल्यासारखे वाटते. लैंगिक आकर्षणापेक्षा अधिक मुक्त आणि उच्च असे प्रणयभावनेचे जे स्वरूप आहे त्याची प्रचिती या एकतर्फी चित्रणात सहसा येत नाही, ही जाणीवही सुशिक्षितांना झाली. याच वेळी सामाजिक सुधारणेचे विचार समाजात हळू हळू प्रसृत होऊ लागले होते. त्यामुळेही सुशिक्षितांच्या प्रणयभावनेच्या आविष्काराबाबतच्या कल्पना बदलल्या होत्या. या सर्वांचे समाधान करणारा, स्त्री-पुरुषांना समान पातळीवर आणणारा, स्त्रीला पुरुषाइतकीच बोलकी

करणारा नवा रंगमंच आवश्यक झाला होता तो कोल्हटकरांनी निर्माण केला. विक्रांत-सरोजिनी (मूकनायक) आणि नंदन-इंदिरा (प्रेमशोधन) यांचे विविध प्रवेश वाचले म्हणजे (विसाव्या शतकाच्या पहिल्या दशकातल्या) सुशिक्षितांना प्रणयभावनेच्या आविष्कारात जो दिलखुलासपणा हवा होता त्याचा मार्ग कोल्हटकरांच्या नाटकांनी मोकळा करून दिला हे उघड आहे.

ऐन उमेदीतल्या पाश्चात्त्य जीवनपद्धतीशी थकल्या भागलेल्या भारतीय जीवनपद्धतीचा संघर्ष सुरू झालेल्या काळात कोल्हटकर नाटककार म्हणून रंगभूमीवर आले. या संघर्षाचे ठसठशीत चित्रण 'सुदाम्याचे पोहे' आणि त्यांचे टीकालेख यात प्रतिबिंबित झाले आहे. कोल्हटकरांचे सामाजिक संघर्षाचे मूलगामी चिंतन त्यातून परिणामकारक रितीने प्रकट झाले आहे. नाटककार कोल्हटकर या चिंतनापासून अलिप्त नाहीत. सामाजिक सुधारणेचे अनेक विषय त्यांनी आपल्या नाटकात हाताळले आहेत. पण त्या त्या विषयाच्या हाताळण्यापेक्षा नाट्यलेखनात त्यांचे चिंतन अधिक यशस्वीपणे प्रकट झाले आहे, ते त्या संक्रमणकाळातल्या पुरुष-मनाच्या आणि स्त्री-मनाच्या बदलत्या छटा रंगवण्यात. गेल्या पाऊणशे वर्षांत भारतीय स्त्री-जीवनात आणि स्त्री-मनात हळूहळू जे बदल होत गेले, त्यांची स्पष्ट चाहूल आपल्याला 'मूकनायका'तल्या वेत्रिकेत, 'मतिविकारा'तल्या सरस्वतीत, 'जन्मरहस्या'तल्या कांता आणि मालती या दोन्ही भूमिकात आढळून येते. वरेरकरांची मंजिरी किंवा बिजली, गडकऱ्यांची लतिका इतकेच नव्हे तर वामनराव जोश्यांची उत्तरा यांची स्वभावबीजे शोधायची असतील तर आपल्याला वेत्रिका आणि सरस्वती यांच्याकडे वळावे लागेल.

२

मराठी रंगभूमीला कोल्हटकरांनी कोणत्या नव्या गोष्टी दिल्या, याचे हे त्रोटक दिग्दर्शन झाले. आजच्या रसिकांपुढे प्रश्न उभा राहतो तो हा की नाट्यकृतीला आवश्यक असलेले अनेक घटक कोल्हटकरांच्या नाटकात असताना ती रंगभूमीवर फार काळ का टिकली नाहीत? आजचा वाचक ती आवडीने का वाचत नाही?

या प्रश्नाचे उत्तर देण्यापूर्वी एक गोष्ट अवश्य लक्षात घेतली पाहिजे. कथा कादंबरी, नाटक यांसारखी ललितकृती ज्या काळात जन्माला येते त्याच्याशी तिचा निकटचा संबंध असतो. लेखकाच्या प्रतिभेची जात, तो ज्या काळात लिहीत असतो त्याच्या गरजा व संस्कार आणि त्या काळातल्या प्रेक्षकांच्या किंवा वाचकांच्या साहित्य सौंदर्याच्या कल्पना यांच्या गुणाकार-भागाकारातूनच त्या त्या कालखंडातले पुष्कळसे वाङ्मय निर्माण होत असते. प्रत्येक काळातल्या वाचक-प्रेक्षकांच्या काही विशिष्ट बौद्धिक, भावनिक आणि रंजनात्मक भुका असतात. त्या भागवण्याचे सामर्थ्य ज्या लेखकात असते तो त्या काळापुरता लोकप्रियतेच्या लाटेवर चढतो.

पण ही लाट एका पिढीत जशी डोंगराएवढी उंच होऊ शकते तशीच दुसऱ्या पिढीत ती फुटूनही जाते. अशा लेखकांचे कर्तृत्व त्या कालखंडाच्या संदर्भातच समजावून घ्यावे लागते. ज्याची जीवनमूल्ये आणि वाङ्मयीन मूल्ये पुष्कळशी निराळी झाली आहेत, अशा पुढच्या काळात ते मोठेपण अनेकांना तकलुपी वाटण्याचा संभव असतो. आपल्या काळातल्या वाङ्मयीन आणि जीवनविषयक मूल्यांची चौकट मोडून बाहेर पडणारे आणि पुढल्या पिढ्यांच्या मनावर अधिराज्य गाजविणारे लेखक फार थोडे असतात. मोरोपंतांसारख्या पंडित कवीच्या लोकप्रियतेतले गेल्या दीड-दोन दशकातले चढउतार बारकाईने पाहिले तर काळ आणि त्या काळात निर्माण होणारे वाङ्मय यांचे आंतरिक नाते किती अतूट असते याची कल्पना येऊ शकेल. मराठी वाङ्मयाविषयी 'The Whirling of Test' सारखे पुस्तक लिहिले गेले तर एका कालखंडातला लोकप्रिय लेखक दुसऱ्या काळात का व कसा नावडता होतो याचा अंशतः का होईना उलगडा होईल. आपल्या काळाची चौकट मोडून पलीकडे जाण्याचे सामर्थ्य कोल्हटकरांच्या प्रतिभेत प्रत्ययाला येते, ते 'सुदाम्याच्या पोह्या'त. त्यांच्या नाटकांत या सामर्थ्याचा आढळ होत नाही.

याचे मुख्य कारण अनेक वाङ्मयगुणांनी कोल्हटकरांची नाटके नटली असली तरी नाट्यगुणांच्या दृष्टीने ती दुबळी आहेत. नाट्याच्या उत्कर्षाला परिपोषक असे जे साहित्यगुणांचे रसायन तयार व्हावे लागते, ते त्यांच्या नाटकात प्रचित होत नाही. सारे आपापल्या परी चांगले असलेले घटक विलग राहतात. प्रेक्षकांच्या बुद्धीला गुदगुल्या करत असताना त्यांच्या काळजाला हात घालणारे आणि माणसाची खरीखुरी सुखदुःखे चित्रित करणारे जे नवे जग रंगभूमीवर निर्माण व्हावे लागते, ते त्यांच्या नाटकात सहसा साकार होत नाही. स्वयंपाकघरात केवळ तिखट-मीठच नव्हे तर केशर-वेलदोड्यासारखे सर्व पदार्थ असले तरी त्यांचा वापर कुठे, केव्हा, कसा नि किती करायचा यावरच सुगरणीची पाकसिद्धी अवलंबून असते. हे कौशल्य कोल्हटकरांच्या नाट्यरचनेत नाही. त्यामुळे त्यांच्या नाटकातले अनेक सुटे प्रवेश वाचताना चटकदार वाटले तरी त्या सर्वांतून उत्कट, रसार्द्र आणि एकसंध असे नाट्य उभे राहत नाही. चमत्कृती- मग ती कोणत्याही प्रकारची असो - प्रथमदर्शनी कितीही चमकदार वाटली तरी ती रस निर्माण करू शकत नाही. वद्य पक्षातले आकाश नक्षत्रखचित असले तरी शुक्लपक्षातल्या चांदण्या रात्रीचा साक्षात्कार घडवायला ते असमर्थ असते, तसेच हे आहे.

कोणतीही ललितकृती असो, विटेवर वीट ठेवून भिंत बांधावी त्याप्रमाणे ती केवळ बुद्धिचातुर्याने रचणे आणि एखादे फूल फुलावे त्याप्रमाणे आंतरिक शक्तीने ती फुलणे यात महदंतर आहे. नाटकाला कादंबरीपेक्षाही एकाच बलशाली केंद्राची अधिक आवश्यकता असते. या बाबतीत त्याचे लघुकथेशी फार साम्य आहे.

किंबहुना हे केंद्र, त्याच्या अनुषंगाने विकास पावणारे कथानक, त्या कथानकाला पोषक होणाऱ्या स्वभावरेखा आणि त्या स्वभावरेखातून व्यक्त होणाऱ्या नानाविध भावभावनांचा प्रेक्षकांना होणारा साक्षात्कार या गोष्टीत नाटकाचे बळ असते.

हे बळ कोल्हटकरांच्या नाटकात प्रत्ययाला येत नाही, याचे कारण त्यांच्या नाट्यदृष्टीला स्वभावतःच पडलेल्या अनेक मर्यादा. या नाट्यदृष्टीला भावनाविलासापेक्षा बुद्धिचातुर्याचे जबरदस्त आकर्षण आहे. चमत्कृती हा तिचा प्राण व वैचित्र्य हे तिचे शरीर. कोणत्याही रसाच्या उत्कर्षाला पोषक अशा प्रसंगांची किंवा स्वभावरेखांची बीजे या नाट्यसृष्टीला शोधून काढता येत असली, तरी ती फुलवण्यात तिचे मन रमत नाही. तिचा सारा भर पडतो तो शब्द, अर्थ आणि कल्पना यांच्या विलासावर. तिचा मूलतःच वीर व करुण या रसांकडे ओढा नाही. पण शृंगार व हास्य हे जे तिचे आवडते रस त्यातही उत्कटतेपेक्षा चमत्कृतीलाच ती प्राधान्य देते.

'मूकनायका'सारखे एकेकाळी लोकप्रिय असलेले नाटक घेतले तरी ही कोल्हटकरांची नाट्यदृष्टी मूलतःच कशी दुभंगलेली आहे याची कल्पना येईल. या नाटकाचा विषय मद्यपानाचे दुष्परिणाम चित्रित करणे हा आहे, असे प्रस्तावनेत नाटककाराने म्हटले आहे. पण तो विषय कथानकनिर्मितीचे एक साधन म्हणून नाटकात वापरला गेला आहे. तो नाट्योत्कर्षाचे केंद्र होत नाही. शरच्चंद्र राजाला मद्यपानाचे व्यसन लावणारा विकंठ त्याच्याकडून एका कागदावर सही घेतो आणि शत्रूसैन्य राज्यात प्रवेश करू शकते अशा आशयाचा भाग या नाटकात आहे. नाही असे नाही. या भागाला उद्देशून विक्रांताचे एक भाषणही आहे. पण नाटक सुरू होते ते एका प्रेमकथेवर सर्व भर घालत. नायक विक्रांत हा राजकुमारांच्या पाठशाळेतून शिक्षण संपवून बाहेर पडलेला असतो. शरच्चंद्र राजाची बहीण सरोजिनी हिच्या सौंदर्याची कीर्ती त्याने ऐकलेली असते. पण शरच्चंद्रांची पत्नी रोहिणी हिच्याशी त्याचे बहिणीचे नाते असूनही आपण स्वतः कोण आहोत याचा पत्ता लागू न देता सरोजिनीला पाहिल्याशिवाय आणि तिच्या रूपगुणाची खात्री करून घेतल्याशिवाय विवाहाचा विचार करायला तो तयार नसतो. योगायोगाने मद्यपानाने बेहोश झालेल्या शरच्चंद्र राजाला तो मारेकऱ्यांच्या हल्ल्यातून सोडवतो. आपण कोण आहो हे त्याला प्रकट करायचे नसल्यामुळे तो मुक्याचे सोंग घेतो. राजाचे प्राण वाचवणारा मुका सेवक म्हणून राजवाड्यात त्याचा प्रवेश झाल्यावर आपल्या बहिणीच्या मदतीने तो सरोजिनीच्या महालात जातो. त्या दोघांच्या चतुर संवादातून आणि बौद्धिक झटापटीतून सतत चमत्कृती जाणवत असली तरी नाट्य कुठेच आकार घेत नाही. शेवटी सरोजिनी एक पण लावते. तो म्हणजे शरच्चंद्राला व्यसनमुक्त करण्याचा. पहिला अंक संपतो त्या वेळी विक्रांत हा पण कसा जिंकणार? एक मुका सेवक राजाची दारूसारख्या भयंकर व्यसनातून कशी मुक्तता करणार? या विषयीचे

कुतूहल आपल्या मनात जागे झालेले असते. पण ते पुढे कुठेच तृप्त होत नाही. एका सेवकाच्या रूपाने सरोजिनीला भेटलेला विक्रांत आणि आपण राजकन्या आहो या अभिमानाने त्याच्याशी बोलू लागलेली सरोजिनी यांच्यात संघर्ष असा कुठे सुरूच होत नाही. पहिल्या भेटीतच सरोजिनी विक्रांताच्या प्रेमात पडते. साहजिकच तिने लावलेला पण बाजूला पडतो. तो पण जिंकण्याच्या दृष्टीने पुढील नाट्यरचना केली जात नाही. त्यामुळे रसोत्कर्षाचे कुठलेही एक केंद्र - विषय, आशय, संघर्ष, कथेचे मुख्य टप्पे, प्रमुख पात्रांचे स्वभावविशेष या सर्वांना एकजीव करून नाट्य निर्माण करणारे केंद्र नाटकात उभे राहत नाही. 'मूकनायका'ला जी रंगत आहे ती रसोत्कर्षाची नाही, भावनांच्या उत्कटतेची नाही किंवा विषयाला पोषक अशा नाट्यरचनेमुळे जी परिणामकारकता निर्माण होते तिचीही नाही. ती आहे नावीन्याची, चमत्कृतीची, कल्पकतेची, काव्यात्म संगीताची आणि त्याकाळी अपरिचित असलेल्या अशा प्रणयभावनेच्या चित्रणाची.

'मानापमाना'त खाडिलकरांनी 'मूकनायका'तल्या प्रेमकथेचे बीजच आधाराकरिता घेतले. पण त्यांच्या नाट्यदृष्टीने ते कसे फुलवले ते पाहण्याजोगे आहे. गरीब-श्रीमंतांमधला संघर्ष हा काही खडिलकरांच्या काळातला अतिशय महत्त्वाचा किंवा त्यांच्या ध्येयासक्त प्रतिभेचा खास आवडता असा विषय नाही. संघर्षाचे एकच केंद्र आणि त्याभोवती केलेली कथानकाची कुशल, सरस व साम्यविरोधात्मक गुंफण यांच्यामुळे 'मानापमाना' ची परिणामकारकता किती वाढली आहे हे सहज लक्षात येते. 'मानापमान' हे तसे काही खाडिलकरांचे पहिल्या दर्जाचे नाटक नव्हे, पण त्यातसुद्धा मोजकी पात्रे, नाट्यपूर्ण रीतीने फुलत जाणारा संघर्ष; भावनांचे चढउतार आणि रसोत्कर्षाची स्थळे यांच्याकडे त्यांचे किती सूक्ष्म अवधान असे हे सहज दिसून येते.

कोल्हटकरांनी अशा प्रकारच्या नाट्यगुणांचा फारसा विचार केला असेल असे वाटत नाही. नावीन्य, वैचित्र्य आणि चमत्कृती यांचे त्यांना इतके जबरदस्त वेड होते की, त्यांच्या बळावर नाटक उभे राहू शकेल असे ते नेहमीच मानत आले. त्यांची पूर्ववयातली आणि उत्तरवयातली नाटके यात या दृष्टीने फारसे अंतर पडले नाही. त्यांनी रंगभूमीवरल्या आपल्या यशापयशाची अत्यंत अलिप्तपणे फारशी चिकित्साही केली नसावी. नाटक रंगायला, ते रंगभूमीवर उभे राहायला, प्रेक्षकांनी ते पुनः पुन्हा पाहायला, जो रंगोत्कर्ष आवश्यक असतो तो त्यांच्या केवल बुद्धिजीवी, नावीन्यप्रेमी आणि चमत्कृतीप्रिय प्रतिभेला कधी साधला नाही. आपल्या नाटकातले हे फार मोठे वैगुण्य आहे, हे त्यांना तीव्रतेने कधी जाणवलेच नाही. अच्युतराव कोल्हटकरांनी सेंट हेलिना बेटात बंदिवान होऊन पडलेल्या नेपोलियनशी श्रीपाद कृष्णांची तुलना केली होती, ती सारा जन्म आडबाजूच्या गावी काढावा लागल्यामुळे बाहेरचे धांवते-

बदलते जीवन आणि त्या जीवनावर स्वामित्व चालवणाऱ्या नव्या भावभावना यांच्यापासून ते फार दूर राहिले हे सांगण्याकरिता. पण मला वाटते श्रीपाद कृष्णांना जन्मभर बंदिवान करून ठेवले होते ते आत्यंतिक बुद्धिप्रेमाने, चमत्कृतीप्रिय आणि विशीपंचविशीतल्या त्यांच्या नाट्यविषयक कल्पनांनी. या कल्पनांच्या पाशातून ते पूर्णपणे कधीच मुक्त झाले नाहीत.

श्रीपाद कृष्णांच्या नाट्यलेखनातले सारे साहित्यगुण गडकऱ्यांनी उचलले. आपल्या प्रतिभेने ते अधिक फुलवले. या अनुकरणाच्या प्रयत्नात श्रीपाद कृष्णांच्या नाट्यरचनेतले काही दोषही गडकऱ्यांच्या नाटकात शिरले. पण मध्यवर्ती संघर्षाचा अभाव, अनेककेंद्री कथानकामुळे उत्पन्न होणारी उत्कटतेची उणीव, बुद्धिचातुर्यावर सतत भर दिल्यामुळे जाणवणारा कोरडेपणा, स्थानी-अस्थानी घेतलेला कथनांचा किंवा निवेदनांचा आश्रय हे कोल्हटकरांच्या नाट्यरचनेतले महत्त्वाचे दोष त्यांनी कटाक्षाने टाळण्याचा प्रयत्न केला. त्यांच्या अनेक स्वभावरेखांची बीजे कोल्हटकरांच्या नाटकात आहेत. कोल्हटकरांच्या नाटकात बीजे नुसती बीजेच राहतात, ती अंकुरत नाहीत, फुलत नाहीत. 'मतिविकारा'तील बालविधवा चंद्रिका आणि 'प्रेमसंन्यासा'तील बालविधवा लीला किंवा 'प्रेमशोधन' मधला कंदन आणि 'पुण्यप्रभावा'तला वृंदावन यांची सविस्तर तुलना केली म्हणजे गुरू-शिष्यांमधला हा महत्त्वाचा फरक लक्षात येतो. 'पुण्यप्रभावा'च्या प्रस्तावनेत त्यांनी कोल्हटकरांच्या बरोबर खाडिलकरांचा जो आदराने उल्लेख केला आहे त्याचे मर्म हेच आहे.

मराठी नाटकाला नवे स्वतंत्र रंगरूप देण्याचा प्रयत्न कोल्हटकरांच्या प्रतिभेने केला. मराठी रंगभूमीवरल्या विविध प्रकारच्या परिवर्तनाला त्यांच्या नाट्यलेखनाने प्रेरणा दिली. त्यांचे आंतरिक व्यक्तित्व, वाङ्मयीन व्यक्तित्व आणि लौकिक व्यक्तित्व यात परस्परांना छेद देणारे अनेक घटक होते. त्यांचे दुष्परिणाम त्यांच्या नाट्यलेखनाला सर्वांत अधिक भोवले. प्रतिभेच्या ज्या विशेषांनी त्यांना वाङ्मयीन टीकाकार व विचारप्रवर्तक सामाजिक टीकाकार बनवले आणि विनोदी लेखनाची नवी परंपरा सुरू करण्याइतके सामर्थ्य दिले त्यांनीच त्यांची नाटके सरस आणि एकसंध होण्याच्या बाबतीत अनेक विक्षेप आणले. प्रतिभेचा जो विशेष साहित्याच्या एका प्रकाराला फार पोषक ठरतो, तोच दुसऱ्या वाङ्मयप्रकाराला मारक होऊ शकतो. कोल्हटकरांच्या नाट्यलेखनाला यामुळेच अनेक मर्यादा पडल्या.

असे असले तरी मराठी नाटकांच्या इतिहासातले त्यांचे स्थान दुर्लक्षता येण्याजोगे नाही. मराठी ललित गद्याचे शिल्पकार मुख्यत: दोनच. पहिले हरिभाऊ. दुसरे श्रीपाद कृष्ण. हरिभाऊंनी कादंबरीला जे नवे वळण दिले ते आपल्या वास्तवदर्शी पण ध्येयपूजक प्रतिभेमुळे; साध्या, सरळ, प्रसन्न शैलीमुळे. कोल्हटकरांनी मराठी नाटक आणि विनोद यांना जे नवे रूप देण्याचा प्रयत्न केला तो आपल्या सौंदर्यपूजक

प्रतिभेमुळे; शब्द, अर्थ आणि कल्पना यांच्याशी खेळणाऱ्या बुद्धिनिष्ठ शैलीमुळे. या दोन्ही संप्रदायांनी मराठी ललित गद्याच्या विस्ताराला आणि विकासाला फार मोठे साहाय्य केले.

कोल्हटकरांच्या बुद्धिनिष्ठेला भावनाशीलतेची जोड मिळाली असती तर त्यांच्या नाटकांचे स्वरूप अंर्तबाह्य बदलले असते आणि ती जनमनावर प्रभुत्व गाजवू शकली असती. मोलियर, शेरिडन, ऑस्कर वाइल्ड यांच्या प्रतिभेशी त्यांच्या नाट्यप्रतिभेचे साम्य होते. ते ओळखूनच त्यांनी आपल्या नाट्यलेखनाची दिशा आखली असती, तर मराठी विनोदी नाटककारांना फार मोलाचा वारसा ते देऊ शकले असते. साहित्यात काय किंवा जीवनात काय जर-तर, पण -परंतु या शब्दांसारखे दु:खद शब्द नाहीत. पण या दोन्ही क्षेत्रात जे लाभले आहे, त्याचा आनंद मानणे आणि जे पदरात पडले नाही त्याचे दु:ख न करणे एवढेच माणसाच्या हाती असते. कोल्हटकरांचे नाट्यलेखनही या नियमाला अपवाद नाही.

◆

खाडिलकरांची एक अभ्यसनीय व्यक्तिरेखा

स्त्री-पुरुषांचं प्रेम हा जसा संसाराचा तसाच नाटक-कादंबऱ्यांचाही सनातन विषय आहे. बहुसंख्य नाटके, चित्रपट, कादंबऱ्या इत्यादिकात, या ना त्या रूपाने, त्याचा आविष्कार सतत होत असतो. मराठी रंगभूमीच्या पहिल्या उज्ज्वल कालखंडातली (१८८० ते १९२०) लोकप्रिय नाटके घेतली तर त्या लोकप्रियतेला कारणीभूत झालेल्या गोष्टींपैकी, मध्यवर्ती प्रेमकथा हा एक महत्त्वाचा घटक असतो, हे सहज लक्षात येईल.

खाडिलकरांचे वीर रसावरले प्रभुत्व निर्विवाद असले, त्यांच्या नाटकात अनेक स्थळी करुण रसाचा उत्तम परिपोष झाला असला, त्यांच्या व्यक्तिमत्त्वाच्या आदर्शपूजक बैठकीमुळे त्यांच्या कोणत्याही नाटकाची परिणती उदात्ततेच्या स्पर्शांत होत असली तरी त्यांच्या बहुतेक नाटकात, या नाही त्या स्वरूपात, स्त्री-पुरुषांच्या प्रेमाचे चित्रण आढळते. या चित्रणात आकर्षक विविधता आहे, प्रीतीच्या मोहक स्वरूपाइतकीच तिच्या दाहक स्वरूपाचीही तीव्र जाणीव आहे; अल्लड लडिवाळपणापासून पराकोटीच्या त्यागापर्यंत विविध छटांनी हे चित्रण रंगलेले आहे. मात्र हे चित्रण भारतीय संस्कृतीच्या आणि संस्कृत नाटकांनी निर्माण केलेल्या संकेतांच्या चौकटीबाहेर सहसा जात नाही. याला अपवाद असणाऱ्या व्यक्तीपैकी कांचनगडच्या मोहनेतील हंबीररावचे स्वाभावचित्रण ही एक अभ्यसनीय स्वभावरेखा आहे.

कांचनगडच्या मोहनेच्या पहिल्याच प्रवेशात हंबीरराव आपल्यापुढे येतो तो अंतर्बाह्य मोहनेचा ध्यास घेतलेला एक प्रेमिक म्हणून. यावेळी मोहनेचे प्रतापरावाशी लग्न होऊन काही वर्षं झालेली असतात. तिला एक चार-पाच वर्षांचा मुलगाही असतो. हंबीररावाच्या अंतरीचा तिच्याविषयीचा जुन्या आकर्षणाचा निखारा फुलावा असे मोहनेच्या हातून मधल्या दीर्घकाळात काहीही घडलेले नसते. उलट तो निखारा पूर्णपणे विझून जावा, असेच तिचे पहिल्यापासून त्याच्याशी वर्तन असते. तिच्या लग्नापूर्वी मोऱ्यांच्या महालात त्याने तिचा हात धरण्याचा प्रयत्न केलेला असतो.

मध्ये अनेक पावसाळे येतात आणि जातात. जनरीतीप्रमाणे योग्य वेळी हंबीररावाचे यमुनेशी लग्न होते. पण पत्नीकडे पूर्णपणे पाठ फिरवून हंबीरराव मोहनेच्या चिंतनात मश्गूल होऊनच राहतो. त्याची तिच्याविषयीची अंध व अनावर ओढ अणुमात्रही कमी होत नाही; उलट ती अप्राप्य आहे या कल्पनेनेच की काय, त्याच्या या ओढीला अधिकच गहिरे रंग चढलेले असतात.

या नाटकाच्या प्रारंभी हंबीरराव कांचनगडावर येतो, तो आपल्या मनात जपून ठेवलेली मोहनेविषयीची अभिलाषा सफल होईल या वेड्या आशेने. तो या नाटकाच्या पहिल्या प्रवेशात मोहनेला भेटतो तो मोऱ्यांच्या महालात, त्याच्या अंगावर असलेल्या हिरव्या पोशाखासारख्या पोशाखातच. मोहना व यमुना या दोघी लहानपणीच्या जिवलग मैत्रिणी. त्या दोघी बागेत फुलांचे हार गुंफित असतात. त्या दोघींच्या हारात मोहनेचा हार अधिक सुबक व सुंदर आहे असे हंबीरराव म्हणतो. मोहनेलाही शिष्टाचार म्हणून त्याला आवडलेला तो हार द्यावा लागतो. मोहनेचा हार आपल्या गळ्यात पडला ही कल्पना त्याच्या अभिलाषेला अधिकच चेतवते.

या अभिलाषेने हंबीररावची स्वभावरेखा अथपासून इतिपर्यंत रंगलेली आहे. तसे पाहिले तर तो विजापूरच्या दरबारातला एक वरिष्ठ दर्जाचा सरदार. खलपुरुष पिलाजीराव हा त्याच्या हाताखालचा दुय्यम सेनाधिकारी! पण मोहनेविषयीच्या या अंध व निराधार अभिलाषेमुळे हंबीरराव नकळत पिलाजीरावाच्या हातातले बाहुले बनतो. मनातल्या मनात पादशहाच्या वजिरीवर डोळा ठेवून, ते उच्च स्थान पायरीपायरीने कसे गाठायचे याचा विचार करणारा पिलाजीराव 'कांचनगड जमीनदोस्त झाला की, मोहना तुम्हाला मिळालीच असे समजा!' असे आमिष हंबीररावाला दाखवतो. प्रेमवेडा हंबीरराव त्याच्या या जाळ्यात अचूक सापडतो; पूर्णपणे निष्क्रिय बनतो; कांचनगडच्या विध्वंसाला आणि प्रतापराव व मोहना यांच्या मृत्यूला कारणीभूत होतो.

कांचनगडच्या पायथ्याशी छावणी ठोकून बसलेल्या खानाची प्रतापरावाकडून कत्तल झाल्यामुळे विजापूरच्या सैन्याचे पुढारीपण त्याच्याकडे येते. सरलष्कराचे निशाण त्याच्या तंबूसमोरच हवे असा आग्रह धरतात. पण 'ते निशाण म्हणजे शुद्ध, एक शुद्ध फडके आहे' अशा अर्थाचे उद्‌गार तो काढतो. तो म्हणतो,

हंबीरराव :- माझ्या तंबूजवळ आणि हे पांढरे फडके काय करायचे? त्याच्यावर मोहनेचे जर चित्र असते आणि वाऱ्याच्या झुळकीसारख्या मोहनेच्या मोहक मूर्तीचा डोल झालेल्या या निशाणावर जर मला पाहावयास मिळाला असता - चला माझा हुकूम माना. माझ्या तंबूच्या प्रत्येक कनातीवर मोहनेचे चित्र काढा.

मोहनेविषयी हंबीररावाला वाटणारे हे प्रेम कोणत्या जातीचे आहे? ती केवळ उद्दाम वासना आहे असे वाटत नाही. कालांतराने ज्याचा विसर पडतो तसे ते पहिले

प्रेमही नाही. प्रेम केवळ वासनामय असले आणि ती वासना सदैव अतृप्त राहिली तर प्रेमविषयक व्यक्तीविषयी वाटणाऱ्या भावनेचे द्वेषात रूपांतर होऊ शकते. पण हंबीररावाच्या बाबतीत तेही घडत नाही. दिव्यावर झेप घालणाऱ्या पतंगासारखी त्याची मन:स्थिती वाटते. तो पतंग पुन:पुन्हा त्या ज्योतीकडेच जसा आकर्षिला जातो तसा हंबीरराव वस्तुस्थितीचा क्षणभरही विचार न करता, मोहनेच्या चिंतनात निमग्न होऊन राहतो. इंग्रजी वाङ्मयातल्या रोमँटिक (कल्पनारम्य अथवा सौंदर्यनिष्ठ) प्रेमाची कल्पना, हंबीरराव निर्माण करताना खाडिलकरांच्या डोळ्यापुढे होती काय, हा प्रश्न या स्वभावरेखेचा विचार करताना दत्त म्हणून पुढे उभा राहतो. खाडिलकरांचे व्यक्तिमत्त्व भारतीय संस्कृतीने परिपुष्ट केले होते, यात तीळमात्रही संशय नाही. पण ऐन पंचविशीत शेक्सपीअरच्या प्रभावामुळे त्यांनी 'हॅम्लेट' व 'यागो' एकत्र आणून 'सवाई माधवरावाचा मृत्यू' हे नाटक जसे लिहिले, तसा त्यांनी वाचलेल्या इंग्रजी नाटक-कादंबऱ्यांचा जो परिणाम त्यांच्या मनावर झाला असेल, त्यात हंबीररावाच्या स्वभावरेखेचे बीज असू शकेल काय? का खाडिलकरांची पहिली तीन नाटके त्यांच्या नाट्यलेखनाच्या एका विशिष्ट कालखंडात निर्माण झाली असे म्हणायचे? ही तीन नाटके म्हणजे 'सवाई माधवरावाचा मृत्यू', 'कांचनगडची मोहना' व 'बायकांचं बंड'. या तीनही नाटकात खाडिलकर आपल्या ध्येयात्मक कल्पनेपेक्षा कलात्मक कल्पना साकार करण्याचा प्रयत्न करत होते काय? 'कीचकवधा'पासून त्यांची ध्येयात्मक बैठक ठाम झाली आणि कलात्मक बैठक भारतीय संस्कृतीच्या व संस्कृत नाटकाच्या मर्यादा पूर्णपणे सांभाळू लागली असे दिसते. बायकांच्या बंडासारखा खेळकर विषय त्यांनी पुढे कधी हाताळला नाही. 'मानापमान' हा एक लहानसा अपवाद. पण त्यातल्या पहिल्या अंकातला भामिनीचा नकार आणि तिसऱ्या अंकातला धैर्यधराचा नकार, या दोन्हीच्या तीव्रतेच्या कात्रीत नाही म्हटले तरी हा खेळकरपणा सापडला आहे.

हंबीररावाच्या स्वभावरेखेचा विचार करताना, त्याच्याशी थोडेफार साम्य असलेली मराठी नाट्यसृष्टीतली दोन पात्रे पुढे येतात. पहिलं 'प्रेमशोधना'तला नंदन, तोही असाच लग्नानंतर पत्नीला स्पर्श न करता, आपल्यावर लादल्या गेलेल्या विषम विवाहाने दु:खित झालेला असतो. पण नंदन विवेकी आहे. पुढे त्याची व इंदिरेची गाठ पडते. मात्र दोघेही परस्परांकडे आकृष्ट झाली तरी तो आपली पत्नीविषयक जबाबदारी विसरत नाही. दुसरी अशीच एक स्वभावरेखा म्हणजे 'पुण्यप्रभावा'तला वृंदावन. वसुंधरेने त्याच्या हीन कुळाचा उल्लेख करून त्याला नकार दिलेला असतो, त्यानंतर तो कालिंदीशी लग्न करतो. त्याला मुलगा होतो. पण वसुंधरेचा सूड उगवण्याची इच्छा त्याच्या मनात सतत जागी असते. 'पुण्यप्रभावा'तले सारे कारस्थान तो रचतो ते या द्वेषभावनेच्या पोटी. हंबीरराव नंदनासारखा विवेकी नाही.

वृंदावनासारखा दीर्घद्वेषी नाही. वर्षानुवर्षे मोहनेवर तो मूक प्रेम करत राहतो. पण हे प्रेम प्लॅटोनिक पद्धतीचे म्हणजे केवळ दुरून सौंदर्याची अथवा एखाद्या विशिष्ट गुणाची पूजा करत राहणारे नाही. तिची अभिलाषा मनात बाळगून तो वावरतो. मात्र तिला कोणत्याही प्रकारे दुखवायला तो तयार होत नाही. जिला पूर्ण अर्थाने इंग्रजीतला रोमँटिक हा शब्द लागू पडेल अशी ही स्वभावरेखा खाडिलकरांच्या मनात कशी निर्माण झाली असावी? केवळ कथानकाच्या गरजेमुळे, का सोळाव्या शतकातल्या खानदानी जीवनाशी विसंगत अशा एखाद्या ऐतिहासिक दंतकथेमुळे?

भारतीय साहित्याच्या परंपरेत तरुण स्त्री-पुरुषांमध्ये निर्माण होणाऱ्या आकर्षणाची सूक्ष्म अथवा विविध रूपे सहसा आढळत नाहीत. बाणाच्या कादंबरीत पुंडरिक आणि महाश्वेता यांची दृष्टिभेट होताच, ती दोघे परस्परांवर जशी अनुरक्त होतात, तशीच चंद्रापीड व कादंबरी ही दोघेही पहिल्यावहिल्या भेटीतच मदनबाणांनी घायाळ होतात. किंबहुना मदनबाधा हाच भारतीय ललित वाङ्मयातल्या प्रेमचित्रणाचा महत्त्वाचा आधार आहे. सुदैवाने जे स्त्री-पुरुष अशा रीतीने प्रेमात पडतात, त्यांच्या अनुरूपतेबाबतीत कधीच वांधा येत नसल्यामुळे, प्रेमसाफल्याच्या बाबतीतले अडथळे दूर होऊन, कथेचा शेवट आनंदीआनंदात होतो.

पाश्चात्त्य ललित साहित्यातली प्रीतीची कल्पना यापेक्षा फार निराळी आहे. तिच्या काही छटा कोल्हटकर - गडकऱ्यांच्या नाटकातून मराठी रंगभूमीवर रूढ झाल्या. पण खाडिलकरांची लेखनप्रवृत्ती कोल्हटकर - गडकऱ्यांपेक्षा मूलतःच भिन्न आहे. असे असूनही हंबीररावाची ही व्यक्तिरेखा त्यांनी मराठमोळा वातावरण असलेल्या ऐतिहासिक नाटकात का निर्माण केली, तिचा उगम शोधून काढणे जेवढे मनोरंजक तेवढेच अवघड आहे. का असे उगम शोधण्याचे खटाटोप करूच नये? की मुकाट्याने नदी आणि ऋषी यांच्या पंगतीला ललित कृतीला बसवून मोकळे व्हावे?

◆

खाडिलकरांच्या नाटकातील तत्त्वचिंतन

मराठी कादंबरीच्या विकासाच्या इतिहासात जे स्थान हरिभाऊंचं तेच बव्हंशी मराठी नाटकाच्या बाबतीत खाडिलकरांचं, असं निःशंकपणे म्हणता येईल. परंपरागत कादंबरीहून बरीचशी निराळी अशी कादंबरी हरिभाऊंनी ज्याप्रमाणे घडवली त्याच प्रमाणे पूर्वसुरीच्या रचनेपेक्षा अनेक दृष्टींनी भिन्न असं नाट्य खाडिलकरांनी रंगभूमीवर उभं केलं. हरिभाऊंनी स्कॉट, डिकेन्स, रेनॉल्ड्स इत्यादी इंग्रज कादंबरीकारांचा मागोवा घेत आपली स्वतंत्र पाऊलवाट चोखाळली. खाडिलकरांनीही असंच प्रारंभी शेक्सपीअरच्या पावलावर पाऊल टाकत मार्गक्रमण केलं. मात्र कादंबरी आणि नाटक या दोन्ही वाङ्मयप्रकारांचं पाश्चात्त्य रचनातंत्र या दोघांनी काही प्रमाणात स्वीकारलं असलं, तरी त्यांच्या कलाकृतीचा आशय सर्वस्वी भारतीय आहे. त्यांना निर्मितीची प्रेरणा देणारे विषय तत्कालीन सामाजिक आणि राजकीय संघर्षातून, सुखदुःखातून आणि विविध स्वप्नातून निर्माण झाले आहेत. या दोघांनीही आपापल्या वाङ्मयप्रकाराला नवा कलात्मक घाट दिला आणि आपल्या कलाकृतीचं आवाहन जनसामान्यांपर्यंत पोचवलं. या दोघांचे साहित्यगुण भिन्न प्रकारचे असले तरी, अव्वल दर्जाच्या प्रतिभावंतांच्या ठिकाणी आढळणारा द्रष्टेपणा दोघांच्याही निर्मितीत दृग्गोचर होतो.

खाडिलकरांच्या नाटकांचा अभ्यास अनेक दृष्टिकोनातून करता येईल. त्यांच्या जन्मशताब्दीच्या निमित्तानं तो झाला तर दीडदोन तपं मराठी रंगभूमी गाजवणाऱ्या या नाटककारापासून भावी रंगभूमीला अनेक गोष्टी शिकता येतील; कितीतरी जुने दोष टाळता येतील. त्या दृष्टीनं प्रस्तुत लेखात खाडिलकरांच्या नाट्यवाङ्मयातील तत्त्वचिंतनात्मक भागाविषयी मी थोडसं लिहीत आहे.

एका दृष्टीनं त्यांची तुलना हरिभाऊंशी करणं जसं योग्य, तशी ती दुसऱ्या दृष्टीनं वामन मल्हार जोश्यांशीही करता येईल. हरिभाऊंनी सामाजिक आणि ऐतिहासिक कादंबऱ्या लिहिल्या, पण जिला तात्त्विक कादंबरी म्हणणं अप्रस्तुत ठरणार नाही

अशा कादंबरीकडे वामनराव जोशीच प्रथम वळले. वामनरावांची कादंबरी एका बाजूनं जशी सामाजिक तशीच दुसऱ्या बाजूनं तात्त्विक किंवा तत्त्वचर्चात्मक असते. खाडिलकरांची 'कीचकवध', 'भाऊबंदकी', 'विद्याहरण' ही पुष्कळ अंशी यशस्वी नाटकं घ्या किंवा 'सत्त्वपरीक्षा', 'द्रौपदी', 'मेनका' इत्यादी थोडीफार अयशस्वी नाटकं पाहा, सर्वत्र एक गोष्ट आढळून येते - नाटक ही दृश्य कलाकृती आहे याचं भान खाडिलकर सहसा विसरत नसले तरी त्यांच्या नाट्यविश्वात तत्त्वचिंतनाला फार महत्त्वाचं स्थान आहे. तत्त्वचिंतन हा त्यांचा प्रकृतिधर्म असल्यामुळे नाट्यकृतीच्या उगमस्थानी असणाऱ्या संघर्षात काय किंवा विविध भूमिकांच्या चित्रणात काय, केवळ नाटकाची रंगत साधली एवढ्यानं ते संतुष्ट होत नाहीत. त्या संघर्षाच्या प्रवाहात सापडलेल्या विविध स्वभावांच्या व्यक्तींचं नुसतं ठसठशीत चित्रण करून त्यांचं समाधान होत नाही. त्या संघर्षाच्या मुळाशी असलेल्या जीवनाच्या प्रेरणांतून ज्या अटळ समस्या निर्माण होतात, त्याचीही उकल करण्याचा ते प्रयत्न करतात.

इथं साहजिकच एक प्रश्न उत्पन्न होतो की, नाटक किंवा कादंबरी यांसारख्या कलाकृतीशी तत्त्वचिंतनाचा काय संबंध आहे? ललितकृतीचा कलात्मक घाट अशानं बिघडत नाही काय? आपले विचार प्रकट करण्याचं किंवा आपल्याला अभिप्रेत असलेल्या गोष्टीच्या प्रचाराचं एक साधन म्हणून ललितकृतीकडे पाहणं कलेच्या कक्षेत येतं काय? ज्यांना वैचारिक असं काही लिहायचं असेल किंवा जे तत्त्वजिज्ञासेनं प्रेरित झाले असतील त्यांनी सौंदर्य हाच जिचा आत्मा अशा ललितकृतीला आपल्या बौद्धिक प्रतिपादनासाठी वापरणं, हा कलेच्या राज्यातला गुन्हा होत नाही काय?

हे आणि अशा अर्थाचे प्रश्न प्राचीन काळापासून विचारले गेले आहेत, आजही चर्चिले जात आहेत आणि भविष्यकाळातही त्यांचं निर्णायक उत्तर मिळणं कठीण आहे. एखादा सधन शेतकरी घरी हरिणाचं पाडस पाळतो ते काही त्याला नांगराला जुंपण्याकरता नव्हे, फार तर त्यावरून त्याचं सौंदर्यप्रेम सिद्ध होऊ शकेल, तो मुक्या मित्रांचा भुकेला आहे, हे कळू शकेल पण त्याच्या दैनंदिन व्यवहारात त्या हरिणीचा त्याला काही उपयोग होणार नाही हे उघड आहे.

बाह्यत: असली विधानं बिनतोड वाटत असली तरी त्यात मुख्यत: एका गोष्टीकडे कानाडोळा केला जातो, ती म्हणजे ललित लेखकांच्या प्रतिभेला पल्लवित करणाऱ्या प्रेरणा बहुविध असू शकतात ही होय. ललित साहित्य ही संगीतासारखी अर्थनिरपेक्ष कला नाही. साहजिकच ललित लेखकाच्या प्रकृतिधर्माप्रमाणे ती कमीअधिक संमिश्र स्वरूप धारण करते. पराकोटीच्या उष्णतेनं लोखंडही जसं वितळून जातं, तसा प्रतिभावान लेखक आपल्या किमयेनं कलेला बाधा न आणता तत्त्वचिंतन करू शकतो. वाङ्मय हे विचारांची देवाण-घेवाण करण्याचं मानवजातीचं सर्वश्रेष्ठ साधन

आहे, ही गोष्ट एकदा ध्यानात घेतली म्हणजे, ललित कृतीच्या अंतरंगात तत्त्वचिंतन या ना त्या रूपानं कसं अनुस्यूत होतं, हे जाणणं कठीण नाही. 'रामायण', 'महाभारत' ही जशी अभिजात महाकाव्यं आहेत, तसे ते काव्य-कथेच्या माध्यमातून मानवाचं सामर्थ्य आणि मर्यादा यांचा शोध घेणारे चिंतनपर ग्रंथही आहेत. जीवन जसजसं अधिक गुंतागुंतीचं होत जातं, तसतसं ते ललितकृतीत चित्रित करताना कलावंत त्या गुंतागुंतीचं विश्लेषण करण्याकरिता धडपडू लागतो हेच खरं.

खाडिलकरांच्या आधीच्या किर्लोस्कर, देवल व कोल्हटकर या मराठी रंगभूमीच्या शिल्पकारांनी मुख्यत: संगीत नाटकंच लिहिली असल्यामुळे आणि संगीत नाटकाची प्रकृती स्वभावत:च सौम्यता व खेळकरपणा यांना अनुकूल असल्यामुळे त्यांच्या नाटकात तत्त्वचिंतन आढळत नाही. देवलांच्या 'शारदे'त नाट्यविषयाच्या अनुषंगानं थोडी सामाजिक चर्चा आली आहे पण विशिष्ट सामाजिक परिस्थितीच्या मुळाशी असलेल्या तात्त्विक चिंतनाचा त्यात अभाव आहे. कोल्हटकर हे समाजसुधारणेचे मोठे पुरस्कर्ते, पण त्यांची कथानकं कल्पनारम्यतेत अधिक गुरफटून गेल्यामुळे त्यांच्या नाटकात एकीकडून बुद्धीला खाद्य पुरविणारं आणि दुसरीकडून नाट्यकृतीच्या गोफात आपला धागा सहज गुंफून टाकणारं चिंतन सहसा आढळत नाही. त्या दृष्टीनं खाडिलकरांनाच मराठी रंगभूमीवरील पहिले तत्त्वचिंतक नाटककार मानलं पाहिजे.

खाडिलकरांचं हे तत्त्वचिंतन त्यांच्या नाटकात अनेक पातळ्यांवरून प्रकट होत असतं. कधी स्फुट स्वरूपात, कधी एखाद्या जटिल समस्येच्या उलटसुलट बाजू चित्रित करण्यात, तर कधी नाटकाच्या कण्याला आधारभूत असलेलं मुख्य सूत्र या नात्यानं, या तिन्ही प्रकारांची अनेक उदाहरणं त्यांच्या नाटकातून जिज्ञासू वाचकाला आढळतील. वानगीदाखल पुढे पहिल्या प्रकारची दोन-तीन उदाहरणं देतो -

'द्रौपदी' चा शेवटचा प्रवेश कौरवांच्या दरबारातील तिच्या वस्त्रहरणाचा आहे. पौराणिक कथानकात नाट्यदृष्ट्या आवश्यक असे बदल खाडिलकर करत असले तरी, त्यातले चमत्कार टाळण्याच्या भरीला ते सहसा पडत नाहीत. त्यांच्या 'सत्त्वपरीक्षा' नाटकात शेवटी शंकर-पार्वती प्रसन्न होऊन हरिश्चंद्र, तारामती आणि रोहिदास यांच्यावर कोसळलेल्या सर्व भयानक आपत्तीचा जसा परिहार होतो, तसं वस्त्रहरणाच्या प्रसंगी द्रौपदीचं लज्जारक्षण पौराणिक कल्पनेला अनुसरूनच घडतं - भगवान श्रीकृष्ण तिला वस्त्रामागून वस्त्रं पुरवत राहतो आणि दु:शासन तिची वस्त्रं फेडता फेडता थकून जातो. मात्र या प्रसंगी द्रौपदीच्या तोंडी त्यांनी घातलेले संवाद त्यांच्या स्वतंत्र चिंतनाचे द्योतक आहेत. त्यांची द्रौपदी जशी दयेची याचना करत नाही, तशी ती भीष्म, द्रोण, विदुर इत्यादिकांना निरुत्तर करणाऱ्या तात्त्विक बैठकीवरूनही बोलत नाही. तिचं आवाहन शुद्ध मानवी आणि भावनिक आहे. ज्या समाजात स्त्रीची अब्रू सुरक्षित नसते - मग ती स्त्री राणी असो वा दासी असो - तो पतित

ठरल्याशिवाय राहत नाही, असं ती धृतराष्ट्राला उद्देशून केलेल्या भाषणात सांगते.

आजही खेड्यापाड्यात हरिजन स्त्रियांवर केल्या जाणाऱ्या अत्याचारांच्या वार्ता जे लोक थंडपणानं वाचतात, त्यांना हे तिचं आवाहन निश्चित विचार करायला लावील. द्रौपदी म्हणते, 'दास झाल्यावर नवराबायकोचे नाते नाहीसे होत नाही, हे तुम्हाला मान्य आहे ना? मग माझ्या अब्रूचे असे धिंडवडे का? धृतराष्ट्र महाराज, आपली ही सून- सून म्हणायला आपण तयार नसाल, ही एक गरीब अबला - आपले दास झालेल्यांची ही धर्मपत्नी, एका वस्त्रानिशी लाजिरवाण्या स्थितीत, पदर ओढीत, फरफटत, मेलेल्या जनावराला पाय ओढून टाकून द्यावे त्याप्रमाणे - वारांगना समजून बेशरम कुशब्दांनी ताडीत - येथे कोणत्या न्यायाने आणलीत? कौरवांच्या या सिंहासनाला माझा प्रश्न आहे. विदुर, भीष्म, द्रोण यांच्यासारख्या वयोवृद्धांना आणि तपोवृद्धांना माझा प्रश्न आहे. दास झाले तरी नवराबायकोचे नाते विलयाला जात नाही, म्हणून कबुली देणाऱ्या दुःशासन-दुर्योधनांना माझा प्रश्न आहे. स्त्रीजातीला लाज आणणारी ही माझी विटंबना तुम्ही का हो करत आहात? मी दासी झाले किंवा नाही झाले, हा वाद एका बाजूला ठेवा; अशा लाजिरवाण्या स्थितीत दासीला देखील कुरुंच्या सिंहासनापुढे फरफटत का ओढण्यात यावे? स्त्रीपणाच्या लाजेची मर्यादा-स्त्रीपणा म्हणजे नुसता उपभोगण्याचाच विषय नसतो, मातेचा स्त्रीपणा, बहिणीचा स्त्रीपणा, कन्येचा स्त्रीपणा - सर्व स्त्रीपणा सारखाच; त्या स्त्रीपणाच्या लाजेची मर्यादा या राजसभेने मानायची नाही तर कोणी मानायची? आई, बहीण, मुलगी, धर्मपत्नी यांच्या स्त्रीपणाची ओळखच नाही आणि बाजारबसवीच्या स्त्रीपणाची तेवढी माहिती आहे, इतके नादान भीष्मांनी वाढवलेले हे कुरुंचे कूळ कधी झाले? धृतराष्ट्रमहाराज, आपल्या मातोश्रीचा आणि आपल्या आजीचा - सत्यवतीचा जो स्त्रीपणा तोच या द्रौपदीचा स्त्रीपणा. सुयोधन महाराज, गांधारी-सासूबाईंचा जो स्त्रीपणा तोच या द्रौपदीचा स्त्रीपणा. या राजसभेतील सर्व पुरुषांनो, तुम्हा सर्वांच्या मातांचा जो स्त्रीपणा तोच माझा स्त्रीपणा. त्या स्त्रीपणाला या लाजिरवाण्या स्थितीतून सुटून जाण्याची परवानगी द्या.'

'विद्याहरणा'तील प्रमुख पात्रं तीन- कच, देवयानी आणि शुक्राचार्य. पौराणिक कथात कच-देवयानीची कथा ही इतर प्रणयकथांहून फार निराळी आहे. कच देवयानीच्या प्रेमात पडला असला तरी त्यांचं प्रेम आंधळं नाही. जी संजीवनी विद्या तो मिळवायला आला आहे, तिच्या प्राप्तीकरिता कोणतंही दिव्य करायची त्याची तयारी आहे. ध्येयवादाच्या होमकुंडात आपल्या प्रेमाची आहुती द्यायला तो क्षणभरही कचरणार नाही, हे नाटकाच्या पहिल्या प्रवेशातच प्रेक्षकांना कळून चुकतं. संजीवनी विद्या संपादन करण्याकरिता कच आलेला असतो. सरस्वती ही तर सर्व विद्यांची अधिष्ठात्री देवता. या देवतेच्या पूजनाच्या प्रसंगी तिला मदिरेचा नैवेद्य दाखवला

जातो हे पाहून ज्ञानोपासकाची बुद्धी कधीही बधिर होता कामा नये, हे जाणणारा त्याच्यातला तत्त्वनिष्ठ विद्यार्थी जागृत होतो आणि पुढील उद्‍गार काढतो, 'मद्याने भरलेल्या या घटांचा नैवेद्य सरस्वतीला दाखवायचा हं? हे सरस्वतीला समजतात तरी काय? स्वत:च्या कृतीचा अहंकार अंगावर चढू नये म्हणून, सृष्टी निर्माण करण्यापूर्वी ब्रह्मदेवाने ही ब्रह्मकुमारी प्रथम उत्पन्न केली आणि हरएक प्रकारचा उन्माद शांत करण्याची कामगिरी तिला सांगितली. सर्व विश्वाकरिता विचार करण्याची जबाबदारी ज्या बुद्धीवर, त्याच बुद्धीला जर मदिरेच्या उन्मादाच्या रसात आम्ही बुडविले, तर सरस्वतीच्या गळ्यावर तिच्या वैरिणीची सुरी ठेवल्यासारखे नाही का होणार? सरस्वतीला तिच्या वैरिणीचा सहवास घडताच कामा नये.'

कच जेवढा आपल्या ध्येयवादानं भारला गेला आहे, तेवढेच देवयानीचं मन त्याच्या विषयीच्या प्रेमभावनेनं भरून गेलं आहे. जणू ती प्रीतीची मूर्तिमंत प्रतिमाच आहे. प्रणयिनी या नात्यानं देवयानीचं जे चित्र खाडिलकरांनी रंगवलं आहे आणि ते रंगवताना तिच्या तोंडी प्रेमाचं जे तत्त्वज्ञान घातलं आहे ते वाचकाला क्षणभर अंतर्मुख केल्याशिवाय राहत नाही. विद्याहरणाच्या दुसऱ्या अंकातल्या पाचव्या प्रवेशात देवयानी प्रेमाची महती कचाला सांगताना म्हणते, 'महाराज, कालचे व उद्याचे अडथळे प्रेमाला दिसतच नाहीत. कारण प्रेमापासून दूर अंतरावरही त्यांना थोडा वेळ देखील बसून राहता येत नाही. आजच्या जोरावर भूत आणि भविष्य हे दोन्ही काल प्रेमाला हस्तगत करून घेता येतात. आजची सुखे प्रेमामुळे अजरामर होऊन मृत्यूची भीती राहत नाही. इतकेच नव्हे तर दिवाळखोरांच्या नरकातून सोडवणारी व पूर्वीच्या देण्याची फेड करणारी परंपरा आजच्या प्रेमापासून जन्मास येते आणि भविष्यकाळच्या कर्तव्याला जोम येऊन हेळसांडीला थाराच मिळत नाही. महाराज, प्रेम म्हणजेच भूत, भविष्य व वर्तमान या तिन्ही काळांचा मूर्तिमंत संगम! भूतकाळच्या सर्व सुखांचा संग्रह प्रेम आज करिते, भविष्यकाळच्या सर्व दु:खांचे निवारण प्रेम आज करिते. भूतकाळावरची दया म्हणजेच प्रेम. चालू काळचा धर्म म्हणजेच प्रेम आणि भविष्यकाळच्या कर्तव्याची दीक्षा म्हणजेच प्रेम! महाराज, परमेश्वर ज्याप्रमाणे तिन्ही कालांचा शास्ता आहे त्याप्रमाणे हे प्रेमही तिन्ही कालांचे शासन करिते.'

'कीचकवध', 'भाऊबंदकी' व 'विद्याहरण' या नाटकातलं खाडिलकरांचं तत्त्वचिंतन सखोल असूनही नाट्याच्या शालजोडीला जोडलेल्या ठिगळासारखं वाटत नाही. एवढेच नव्हे तर, अनेकदा ते दुधात मिसळून गेलेल्या साखरेप्रमाणं त्या त्या नाटकाची गोडी वाढवतं.

'विद्याहरणा'तल्या शुक्राचार्याला वाटणारा स्व-पक्षाचा अभिमान, त्या अभिमानाला त्यानं दिलेलं स्वत:च्या संप्रदायाचं अधिष्ठान, त्यातून वृद्धिंगत झालेला त्याचा

आंधळा अहंकार आणि त्या अहंकाराचा अंती होणारा पराभव, यामुळे कच-देवयानीची कथा ही एक साधी दुःखान्त प्रेमकथा न राहता ती शोकांतिकेशी जवळचं नातं असलेली प्रणयकथा झाली आहे. आज 'विद्याहरण' वाचताना सांप्रदायिक दुरभिमानानं ग्रस्त झालेला आणि मद्य-सेवन हे जणू त्या सांप्रदायाचंच एक अविभाज्य अंग आहे असं मानणारा शुक्राचार्य हा आपल्या अवतीभोवती वावरणाऱ्या एखाद्या राजकीय पक्षाचा कर्तृत्ववान पण विवेकशून्य पुढारी तर नाही ना असा भास होतो.

खाडिलकरांचं नाट्यतंत्र आणि रसनिर्मितीचं सामर्थ्य या दोन्ही दृष्टींनी 'कीचकवध' हे एक नमुनेदार नाटक आहे. हे नाटक अनेक प्रेरणांतून साकार झालं असलं तरी त्यातली एक प्रेरणा तत्कालीन परकीय जुलमी राजसत्तेचं चित्र रेखाटणं ही होती, हे उघड आहे. त्या राजवटीचा सर्वश्रेष्ठ प्रतिनिधी लॉर्ड कर्झन यानं काढलेल्या अहंकारी उद्गारांमुळे खाडिलकरांच्या मनश्चक्षूंपुढील कीचकाला विशिष्ट रूप प्राप्त झालं. 'राज्यकर्ते ते राज्यकर्ते आणि दास ते दास' अशा अर्थाची आणि या पृथ्वीतलावर आपण अजिंक्य आहोत या अहंकारानं धुंद झालेली कीचकाची भाषणं खाडिलकरांच्या या प्रेरणेवर प्रकाश पाडू शकतील. पण या नाटकाच्या ठिकाणी कलाकृती म्हणून जे अंगभूत बळ आहे त्यात खाडिलकरांच्या तत्त्वचिंतनानंही महत्त्वाची बौद्धिक भर घातली आहे. सैरंध्रीच्या वेषात वावरणाऱ्या द्रौपदीला भोगदासी करू इच्छिणाऱ्या कीचकाचा काटा कसा काढावा या विषयीची या नाटकाच्या पहिल्या व तिसऱ्या अंकांतील धर्म व भीम यांची भाषणं नाट्याची रंगत, स्वभावरेखन व तत्त्वचिंतन या तिन्ही दृष्टींनी अभ्यासनीय आहेत.

गांधीजींचा भारताच्या राजकीय क्षितिजावर उदय झाल्यानंतर हिंसा आणि अहिंसा यांचं जीवनातलं स्थान याविषयी पुष्कळ चर्चा झाली. पण त्या आधी एक तप कीचकवधामध्ये याच चिरंतन समस्येचा खाडिलकर अत्यंत गंभीरपणानं विचार करत होते. क्रांतिकारकांचा दहशतवाद भीमाच्या तोंडून जणू काही तिथं बोलत आहे. धर्म त्याला जे तत्त्वज्ञान सांगत आहे ते लोकमान्य टिळकांच्या जहाल पण संयमी पद्धतीचं.

सरकारी रोषाला बळी पडण्यापूर्वी कीचकवध रंगभूमीवर होत असे तेव्हा, धर्म-भीमांच्या या संवादाचं प्रेक्षकांकडून टाळ्यांच्या कडकडाटानं स्वागत होत असे, असं जाणकार सांगतात. मात्र सबुरीचा सल्ला देणारा धर्म हा मवाळ पक्ष आणि दुष्टांचा नायनाट विलंब न लावता केला पाहिजे असं आग्रहानं प्रतिपादन करणारा भीम हा जहाल पक्ष, अशी खूणगाठ त्या वेळच्या प्रेक्षकांनी मनात बांधली होती. साहजिकच या संवादाच्या प्रवेशास मिळणाऱ्या टाळ्या भीमाच्या वाटणीला येत असत. पुढे वीस वर्षांनी या नाटकाचं पुनरुज्जीवन झालं, तेव्हा गांधीजी लोकप्रियतेच्या शिखरावर होते. त्यांचं अहिंसेचं तत्त्वज्ञान जनता शिरोधार्य मानू लागली होती. काळ असा

बदलल्यामुळे जनमानसात अहिंसेला भलता भाव चढला होता आणि त्या अनुषंगानं धर्म हा अहिंसेचा पुरस्कर्ता आणि भीम हा त्याचा विरोधक अशी विभागणी होऊन, साऱ्या टाळ्या मिळू लागल्या त्या धर्माच्या शांत, विवेकी भाषणांना. खाडिलकरांचं तत्त्वचिंतन नाट्यनिर्मितीच्या वेळी कालसापेक्ष असलं तरी, पुढे बदलत्या काळातही ते विचारगर्भ राहू शकतं यातच त्याच्या सखोलपणाचं मर्म आहे.

'भाऊबंदकी' हे नाटक नाट्याच्या दृष्टीनं जेवढे रंगतदार, तेवढंच तत्त्वचिंतनाच्या दृष्टीनंही सर्वस्पर्शी आहे. राघोबा व आनंदीबाई यांच्या स्वभावचित्रणावर आणि नाटकातल्या एकदोन प्रसंगांवर 'मॅकबेथ'ची पुसट छाया पडली आहे हे खरं, तथापि या नाटकाचं अंतरंगाच्या दृष्टीनं 'मॅकबेथ'शी साम्य नाही. त्याची तुलना करायचीच असेल तर ती शेक्सपीअरच्या 'ज्युलियस सिझर'शी करणं अधिक उचित होईल.

सुरतेला भरलेल्या काँग्रेसमधे फाटाफूट होऊन जहाल व मवाळ पक्ष एकमेकांपासून पूर्णपणे दुरावले आणि त्याचा परिणाम राजकीय दडपशाही तीव्र होण्यात व लोकजागृतीची ज्योत क्षीण होण्यात झाला. या घटनेनं व्यथित झाल्यामुळे खाडिलकरांच्या मनात या नाटकाचं कल्पनाबीज पडलं असावं. पण हे नाटक लिहिताना त्यांच्यातला कलावंत आणि तत्त्वचिंतक हे दोघेही पूर्णपणे जागृत राहिले आणि परस्परांच्या प्रांतात लुडबूड न करता त्यांनी हे नाटक निर्माण केलं. मुख्य कथानकांप्रमाणे विनोदी उपकथानकाच्याद्वारे खाडिलकरांनी भाऊबंदकीचे दुष्परिणाम इथं चित्रित केले आहेत. अगदी वरच्या सुरात गायला सुरुवात करणाऱ्या गायकानं आपल्या गाण्याची रंगत तिळमात्रही कमी होणार नाही अशी दक्षता घ्यावी, तशी खाडिलकरांनी पहिल्या अंकात नारायणरावांच्या खुनासारखी प्रक्षोभकारक घटना रसपूर्ण रीतीनं रंगवून ही नाटकाची रंगत पुढे कायम ठेवली आहे. या नाटकातला शेवटचा प्रवेश अनेकांना त्यातल्या वैचारिक आशयामुळे रसहीन वाटतो. पण खाडिलकरांच्या भाऊबंदकीविषयीच्या विचारमंथनाचा तो अपरिहार्य परिपाक आहे. या प्रवेशात पेशव्यांच्या गादीवर आलेल्या तान्हुल्या सवाई माधवरावातर्फे बारभाई कारभार करतील अशी अभिनव घोषणा केली जाते. बारभाईंचा कारभार म्हणजे एका व्यक्तीच्या हाती अधिकारसूत्रं न ठेवता अनेकांनी एकत्र येऊन एकदिलानं चालवलेला कारभार हे लक्षात घेतलं म्हणजे भाऊबंदकीच्या रोगावर लोकशाही हाच रामबाण उपाय आहे, या निर्णयापर्यंत खाडिलकर आले आहेत हे स्पष्ट दिसतं. अर्थात या बारभाईंची तोंडे केव्हाही दाही दिशांना होता कामा नयेत हे उघड आहे. तशी ती झाली, म्हणून लोकशाहीचं बीज अंतरंगी असलेला पेशवाईतला हा प्रयोग पूर्णपणे फसला. कुठलीही लोकशाही- मग ती अठराव्या शतकातली प्राथमिक स्वरूपातली असो अथवा विसाव्या शतकातली थोड्याफार प्रगत स्वरूपातली असो - नामधारी असून चालत नाही. पितळेला

सोन्याचा मुलामा देऊन ते सोनं म्हणून सराफकट्ट्यावर कुणालाही खपवता येत नाही!

ललितकृतीतलं तत्त्वचिंतन ही एक तारेवरील अवघड कसरत आहे. खाडिलकरांसारख्या स्वभावत:च तात्त्विकतेकडे ओढा असणाऱ्या कलावंतालासुद्धा अनेक वेळा ती साधत नाही हे त्यांच्या काही नाटकांवरून प्रत्ययाला येतं. द्रौपदीपासूनची त्यांची शेवटची चार नाटकं नीरस का उतरली हा मोठा मनोरंजक विषय होईल. त्याचा ऊहापोह इथं करणं शक्य नसलं तरी काही महत्त्वाच्या गोष्टींचा निर्देश करणं आवश्यक आहे.

खाडिलकर संगीताकडे वळल्यानंतर त्यांच्या नाटकांची मूळची घट्ट व पिळदार वीण थोडीफार शिथिल झाली. संगीत नाटकाला उग्र संघर्ष सहसा पेलवत नाहीत. त्यामुळे नाटकाच्या मुळाशी असलेला संघर्ष मानापमानातल्याप्रमाणे तात्त्विकदृष्ट्या उग्र असला तरी त्याची मांडणी व उकल खाडिलकर कल्पनारम्य पद्धतीनंच करतात. 'मानापमान' व 'स्वयंवर' ही त्यांची नाटकं नव्या प्रकारच्या संगीतामुळे अतिशय लोकप्रिय झाली. त्यांच्या नाट्यप्रतिभेला मूलत:च बांधेसूदपणाची जाणीव असल्यामुळे वरवर पाहता या नाटकाची कथानकं फारशी सैल वाटत नाहीत, पण या दोन्ही नाटकातल्या संघर्षाचं चित्रण त्यांच्या 'कीचकवध' व 'भाऊबंदकी' या गद्य नाटकांसारखं सकस, तर्कशुद्ध व नाट्यपूर्ण वाटत नाही. त्यामुळे जी रंगत आली आहे, तिचं श्रेय नाट्यापेक्षा संगीतालाच अधिक दिलं पाहिजे.

नाटकातल्या संघर्षाची रंगत वाढते ती तो आपल्या लक्ष्याकडे अचूक वेगानं जाणाऱ्या बाणाचं स्वरूप धारण करतो तेव्हा. खाडिलकरांच्या नाटकांतून पुढेपुढे ही रंगत फिकी होऊ लागली आणि 'कीचकवध' व 'भाऊबंदकी' या नाटकात आपली नेमकी जागा ओळखून, तिथं पाय रोवून उभं असलेलं त्यांचं तत्त्वचिंतन नंतरच्या काळात कुठेही हातपाय पसरू लागलं. सत्त्वपरीक्षा व सवतीमत्सर ही काही चांगल्या स्वभावरेखा असलेली त्यांची नाटकं या विचित्र दोषानं डागळली आहेत.

तत्त्वचिंतन, अलंकारिक शैली, कोट्या-कल्पनांची पखरण किंवा अशाच प्रकारचे ललितकृतीला उपकारक होऊ शकणारे अन्य घटक तिला जसे तारक तसे मारकही होऊ शकतात. योग्य जागी व योग्य प्रमाणात त्यांची योजना झाली तर, ते रसपरिपोष करतात. पण जागा किंवा प्रमाण या बाबतीत कलावंताचं दुर्लक्ष झालं तर ते विघातक ठरल्यावाचून राहत नाहीत.

१९२०-२५ पूर्वीच्या मराठी नाटकांना आजच्या नाट्यसमीक्षेचे निकष लावणं बरोबर होणार नाही. नाटककार निर्मिती करतो ती आपली प्रतिभा, आपला काळ आणि आपला प्रेक्षक या त्रिकोणानं मर्यादित केलेल्या साधनांच्याद्वारे. ही मर्यादा लीलेनं ओलांडणारी आणि दूरच्या भविष्यकाळात जनमन अंकित करू शकणारी

नाटकं कोणत्याही देशाच्या वाङ्मयात फार थोडी आढळतात. खाडिलकरांच्या कालखंडात नाटक हे जसं सर्व थरांतल्या प्रेक्षकांच्या रंजनाचं साधन होतं, तसंच ते सुशिक्षितांच्या आणि अशिक्षितांच्या उद्‌बोधनाचं एक प्रभावी माध्यमही होतं. त्या वेळची रंगभूमी नेपथ्य, प्रकाशयोजना इत्यादी दृष्टींनी मागासलेली होती. या व अशा इतर अनेक गोष्टींमुळे त्या वेळच्या नाटकांच्या जडणघडणीत निर्माण झालेली वैगुण्यं आजच्या रसिकांनी अपरिहार्य म्हणून क्षम्य मानली पाहिजेत.

पण तत्त्वचिंतन अस्थानी होणं अथवा त्याचा अतिरेक होणं, त्याला शुष्क प्रतिपादनाची अवकळा येणं आणि त्या चिंतनानं नाटकाची भावनिक खोली किंवा बौद्धिक उंची न वाढता, त्याचा कलात्मक थिटेपणा जाणवू लागणं हे ललितकृतीतले दोष अक्षम्य होत. अवयवांची प्रमाणबद्धता हा जसा शरीरसौंदर्याचा महत्त्वाचा भाग, तसा कलाकृतीच्या रसात्मकतेचं पोषण करणाऱ्या घटकांची प्रमाणबद्धता हा तिचा आवश्यक विशेष.

मूळच्या गंभीर प्रकृतिधर्मामुळे आधीच खाडिलकरांचा तत्त्वचिंतनाकडे ओढा. 'कीचकवध' व 'भाऊबंदकी' या नाटकात अशा प्रकारच्या चिंतनानं नाट्याची रंगत वाढल्याचा निर्वाळा त्यांना व प्रेक्षकांना मिळालेला. पण पुढे या चिंतनानं अमर्याद आणि अस्वाभाविक रूप धारण केलं. कथाबीजातून या चिंतनाचा अंकुर सहजपणे न फुलता, त्याची नाट्यकथेशी कृत्रिम रीतीनं निरगाठ बांधण्यात येऊ लागली. टिळक-गांधींचं जीवन काय किंवा तत्त्वज्ञान काय, व्यक्तिशः खाडिलकरांना ते प्रेरक व्हावं हे योग्यच होतं. पण त्या जीवनातल्या घटनांचं किंवा तत्त्वज्ञानातल्या कल्पनांचं हाती घेतलेल्या पौराणिक कथेवर कलम करून निर्माण झालेलं चिंतन प्रेक्षकांना स्वाभाविक व आकर्षक कसं वाटावं?

याचा अर्थ तत्त्वचिंतन ललितकृतीला पोषक होऊ शकत नाही असा नाही. ते तसं होऊ शकतं हे खुद्द खाडिलकरांनीच 'कीचकवध' व 'भाऊबंदकी' या नाटकात दाखवून दिलं आहे. इंदु काळे व सरला भोळे या कादंबरीत वामनराव जोश्यांनीही हे कार्य सफल रीतीनं केलं आहे. ललित-कथेतलं तत्त्व तिच्या बीजातच अंतर्भूत असावं आणि त्याचा विकास त्या कलाकृतीच्या सौंदर्याला पोषक असाच व्हावा हे आवश्यक आहे. खाडिलकरांच्या काळात मराठी ललित-लेखकापुढे ज्या नानाविध समस्या उभ्या होत्या, त्यांच्यापेक्षा कितीतरी अधिक जटिल समस्या आजच्या लेखकांना आव्हान देत आहेत. हे आव्हान स्वीकारणारांना अंतर्मुख होऊन आजच्या विशाल आणि गुंतागुंतीच्या मानवी जीवनाचं स्वतंत्र वृत्तीनं चिंतन करता आलं पाहिजे.

प्राचीन काळी कल्पना हा ललित वाङ्मयाचा प्रमुख आधार होता. नंतर कल्पनेची जागा भावनेनं घेतली. आता आपण मानवी जीवनात अशा एका ठिकाणी

येऊन उभे राहिलो आहोत की, तिथून पुढे जायची वाट केवळ कल्पना आणि भावना दाखवू शकणार नाहीत. त्यांना तत्त्वचिंतनाची जोड अवश्य हवी. काही ठिकाणी खाडिलकरांनी हे चिंतन यशस्वी रीतीनं कसं केलं आहे आणि अनेक ठिकाणी त्यांना अपेक्षित यश का मिळालं नाही, या दोन्ही गोष्टीचा अभ्यास करणाराला नव्या पाऊलवाटा निश्चितपणे चोखाळता येतील.

◆

साहित्यातला वटवृक्ष

१९२६ चा मे महिना. तिसऱ्या प्रहरची वेळ. आमचा टांगा सदाशिव पेठेतल्या एका दुमजली घरापुढे थांबला. टांगा थांबल्याचा आवाज ऐकताच माडीच्या खिडकीतून कुणीतरी डोकावून खाली पाहिल्यासारखं वाटलं. पण त्या व्यक्तीकडे माझं नीटसं लक्ष गेलं नाही. टांग्यातून श्रीपाद कृष्ण कोल्हटकरांना उतरवून घेण्याच्या (मोतिबिंदूसारख्या नेत्रविकारामुळे त्यांची दृष्टी अधू झालेली होती) आणि टांग्यातलं सारं सामान खाली काढण्याच्या धांदलीत मी होतो. इतक्यात जिन्यावरून लगबगीनं खाली आलेल्या तात्यासाहेब केळकरांनी मी खाली काढून ठेवलेल्या होल्डॉलला हात घातला.

दिवस उन्हाळ्याचे असल्यामुळे ते उघडेच खाली आले होते. श्रीपाद कृष्ण माझ्याकडे बोट दाखवून केळकरांना म्हणाले, 'हे खांडेकर.' केळकरांनी माझ्याकडे क्षणभर पाहिलं आणि ते हसत हसत उद्‌गारले, 'वैनतेयातले गाढवाची गीता लिहिणारे खांडेकर तुम्हीच ना?' मराठीतला षष्ठीचा प्रत्यय किती विनोदी आहे याचा मनातल्या मनात अचंबा करत मी मुकाट्यानं होकारार्थी मान हलवली. ती तशी हलवणं मला प्राप्तच होतं. सावंतवाडीच्या 'वैनतेय' साप्ताहिकातून 'गाढवाची गीता' ही माझी विनोदी लेखमाला नुकतीच प्रकाशित झाली होती. केळकर आणि कोल्हटकर या दोघांच्याही वाचनात ती आली होती. दोघांनाही ती आवडली होती. केळकरांनी मला जो खोचक प्रश्न विचारला होता, त्याचं मूळ या गोष्टीत होतं. विद्यार्थिदशेपासूनच स्नेही असणाऱ्या केळकर, कोल्हटकरांच्या काव्यशास्त्रविनोदाच्या सरितेला पुढे तीन-चार आठवडे जो पूर येणार होता, त्याचा प्रारंभ केळकरांच्या या प्रश्नापासून झाला.

१९२६ च्या मे महिन्यात आणि पुन्हा १९२७ च्या मे महिन्यात कोल्हटकरांच्या बरोबर केळकरांच्या घरी राहण्याची संधी मला मिळाली. गाड्याबरोबर नाळ्याला यात्रा घडावी तशातला हा प्रकार होता. पण या योगायोगामुळे केळकरांना मला अगदी जवळून पाहता आलं. आणि हळूहळू एक गोष्ट माझ्या लक्षात आली -

लेखकाचा प्रकृतिधर्म आणि ज्यात त्यांच्या प्रतिभेचे आत्मीय गुण प्रकट होतात ते साहित्य यांचा अतिशय सूक्ष्म पण निकटचा संबंध असतो. केळकर कसे होते, असं आज कुणी मला विचारलं तर मी म्हणेन, ते होते स्वतःच्या निबंधासारखे. अनेक गोष्टींचा समतोल साधणारे, जिज्ञासू, विनोदी सुटसुटीत, चमकदार आणि सुवर्णमध्याचा सतत शोध घेणारं त्यांचं निबंधलेखन हे त्यांच्या व्यक्तित्वाचंच विशाल वाङ्‌मयीन प्रतिबिंब होतं.

केळकरांशी माझा प्रत्यक्ष परिचय होण्याचा योग १९२६ साली आला. पण साहित्यिक या नात्यानं त्यांच्या लेखनानं मला आकृष्ट केलं होतं ते मी हायस्कूलमध्ये विद्यार्थी असतानाच १९०८ साली. लोकमान्य टिळकांना हद्दपारीची शिक्षा झाल्यावर पुढे केळकरांनी मोठ्या चातुर्यानं 'केसरी' चालवला. माझ्या भोवतालच्या वडीलधाऱ्या माणसांच्या गप्पागोष्टीत या कौशल्याची वाखाणणी होई. मात्र मला वाङ्‌मयाइतका राजकारणात रस नसल्यामुळे केळकरांचं अक्षरन् अक्षर वाचण्याची इच्छा माझ्या मनात निर्माण झाली, ती 'तोतयाचं बंड' हे त्याचं नाटक हाती पडल्यावर. केळकर नाट्यलेखनाकडे वळले थोडे उशिराच. आपली नाटकं त्यांनी लिहिली ती केसरीच्या व इतर कामांच्या भाऊगर्दीतच. पण आजही मला असं वाटतं की, वाङ्मय गुण आणि प्रायोगिक गुण यांचा मनोहर संगम असलेली जी थोडी नाटकं जुन्या मराठी रंगभूमीनं पाहिली, त्यात 'तोतयाच्या बंडा'ची गणना अवश्य केली पाहिजे.

मात्र केळकरांच्या सर्व आत्मीय गुणांचा आढळ होतो, तो त्यांच्या निबंधातच. या निबंधाचं आकर्षण मला वाटू लागलं ते १९१७ च्या आसपास, मुख्यतः चित्रशाळेनं प्रसिद्ध केलेल्या 'केळकरकृत लेखसंग्रह' या त्यांच्या पुस्तकामुळे. ते पुस्तक प्रथम मी वाचलं ते आगगाडीच्या डब्यात एका मित्राच्या लग्नासाठी जात असताना तिसऱ्या वर्गातल्या तुफान गर्दीत. पण त्या रात्री त्या गर्दीचा मला बिलकूल त्रास झाला नाही. गोगलगायीच्या गतीनं चालणाऱ्या सदर्न मराठा रेल्वेची त्या रात्री मी मनातल्या मनातसुद्धा थट्टा केली नाही. किंबहुना ती रात्र कशी गेली हे मला नीटसं कळलंही नाही. नानाविध रंगांच्या फुलांनी भरलेल्या बागेत एखाद्या बालकानं बागडावं तसा मी त्या पुस्तकातल्या निबंधात रंगून गेलो होतो. पुढे १९१८ मध्ये 'मराठे व इंग्रज' हे पुस्तक प्रसिद्ध झालं. त्यानं केळकरांच्या कीर्तीत जशी भर घातली तसं माझ्या पिढीतल्या अनेकांना त्यांच्या कायमच्या चाहत्यात दाखल केलं.

१९२६-२७ साली केळकरांच्या घरी राहत असताना त्यांच्या व्यक्तिमत्त्वाची जडणघडण कशी झाली आहे आणि तिचा त्यांच्या लेखनाशी व सार्वजनिक जीवनाशी किती निकटचा संबंध आहे, हे थोडंफार माझ्या लक्षात आलं. लेखकाला प्रतिभेचं - किमानपक्षी प्रखर बुद्धीचं - देणं जन्मतः लाभायला हवं हे त्यांना अमान्य नव्हतं. पण विपुल व चांगलं लेखन प्रतिभेला परिश्रमांची जोड मिळाल्यावाचून होऊ

शकत नाही असं त्यांचं निश्चित मत होतं. ते स्वत: या बाबतीत अगदी काटेकोरपणानं वागत. कोल्हटकरांचा सहवास त्यांना कितीही प्रिय असला तरी त्याचा आनंद ते तिसऱ्या प्रहरच्या बैठकीत लुटीत आणि रात्री जेवणानंतर या बैठकीला जो रंग भरे त्याचा आनंद तर आगळाच असे. झोपायला अकरा-बारा वाजले तरी केळकरांचे सकाळचे कार्यक्रम आगगाडीच्या वेळापत्रकाप्रमाणे नियमितपणे सुरू होत. ठरलेल्या वेळी ते 'केसरी' कचेरीत जात; एकेक अग्रलेखासाठी करायचं वाचन आणि त्या विषयाचं चिंतन दोन-दोन, तीन-तीन दिवस चाले.

केळकर तेव्हा सुमारे पंचावन्न वर्षांचे होते. इतर माणसं ज्या वयाला पेन्शनीत निघत असत, त्या वयातला केळकरांचा कामाचा झपाटा पाहिला म्हणजे मन विस्मित होऊन जाई. नव्या नव्या पुस्तकांचं वाचन नित्य चाले. ती पुस्तकं आवडत्या दोन-तीन विषयांचीच असत असंही नाही. साहित्य हा त्यांचा खास प्रेमाचा विषय असला तरी, अर्थशास्त्रापासून तत्त्वज्ञानापर्यंत कोणत्याही विषयात ते रस घेऊ शकत. त्यांच्या बहुश्रुतपणाचं व सर्वस्पर्शी रसिकतेचं मूळ विविध व विपुल वाचनात होतं. मात्र त्या वाचनानं त्यांना कधीच पुस्तकी पंडित किंवा पुस्तकातला कीडा बनवलं नाही. एका दिवसात अनेक विषयांना ते समर्थपणे स्पर्श करू शकत. केसरीचा अग्रलेख, कोल्हटकरांशी चाललेली 'कृष्णार्जुनयुद्धा' च्या पदांची चर्चा, संध्याकाळच्या सभेतलं राजकीय विषयावरलं अध्यक्षीय भाषण, रात्री माधवराव जोश्यांच्या म्युनिसिपालिटी नाटकाचा मन:पूर्वक घेतलेला आस्वाद आणि दुसरे दिवशी माधवरावांना घरी बोलावून नाटकाच्या गुणदोषांसंबंधी त्यांच्याशी दिलखुलास संभाषण, या आणि अशा प्रकारच्या अनेक गोष्टी नेहमी सुसूत्रपणे चालत. धावपळ नाही, चिडाचीड नाही, गाजावाजा नाही. एखाद्या मोठ्या कपाटाला अनेक खण असावेत आणि त्यातल्या प्रत्येक खणात ठेवलेली वस्तू हटकून तिथं मिळालीच पाहिजे, अशी त्या कपाटाच्या मालकाची रीत असावी तशी केळकरांची नानाविध कामांचा पसारा आवरण्याची शिस्त होती. परस्परांहून अगदी भिन्न अशा कामांचा त्यांचा उरक पाहिला म्हणजे माझ्या मनात येई, तात्यासाहेब आमच्या कोकणातल्या फणसाच्या झाडासारखे आहेत. फांद्यांना कितीही फणस लगडले तरी त्यांच्या भारानं ते झाड कधी वाकलेलं दिसत नाही. साहित्याच्या आणि सार्वजनिक जीवनाच्या विविध क्षेत्रात ते कामाचे डोंगर उभारू शकले याचं कारण त्यांनी स्वत:ला लावून घेतलेली ही शिस्तच होती.

केळकर सदैव टिळकपक्षात वावरले. टिळकांच्या सहा वर्षांच्या गैरहजेरीत त्यांनी केसरी टिकवला, वाढवला, लोकप्रिय केला. गांधींच्या उदयानंतरही राजकारणात ते दीर्घकाळ राहिले. पण त्यांची मनोवृत्ती आणि जीवनविषयक तत्त्वज्ञान यांचं टिळक-गांधींच्यापेक्षा न्या. रानड्यांशीच अधिक साम्य होतं. संथपणानं राहणाऱ्या,

आणि आपल्या दोन्ही तीरांवरला प्रदेश सुपीक बनवत जाणाऱ्या एखाद्या नदीप्रमाणे त्यांचं जीवन होतं. उंच डोंगराच्या कड्यावरून स्वत:ला खाली लोटून घ्यावं आणि त्यामुळे निर्माण झालेल्या धबधब्यातून वीज निर्माण करावी असा त्यांचा मनोधर्मच नव्हता. पराकोटीची उग्रता, उत्कटता आणि उदात्तता यांच्याविषयी असीम आकर्षण त्यांना कधीच वाटलं नाही. सुवर्णमध्याचं तत्त्वज्ञान, सामाजिक सुधारणेचा व्यावहारिक पुरस्कार, माणूस कितीही मोठा झाला तरी त्याचे पाय मातीचेच असतात या सनातन कटू सत्याची जागती जाणीव आणि कुठलाही ध्येयवाद प्रारंभी आकाशातल्या विजेप्रमाणे डोळे दिपवून सोडत असला तरी शेवटी त्याला व्यवहाराशी मिळतं-जुळतं घ्यावं लागतं या विषयाची खात्री, हे सारे विशेष त्यांच्या व्यक्तिमत्त्वाचेच द्योतक आहेत. ज्ञानलालसा व ज्ञानप्रसाराची तीव्र इच्छा या दोन्ही बाबतीत त्यांनी मनोमन रानड्यांचा आदर्श पुढे ठेवला असावा. समाजपुरुषाच्या शरीरातलं रुधिराभिसरण नीट चालावं आणि त्याचं चैतन्य विविध संस्थांच्या साहाय्यानं वृद्धिंगत करावं ही रानड्यांची भूमिका केळकरांनीही स्वीकारली होती. उठल्यासुटल्या भावनेला आवाहन करण्यापेक्षा सामान्य माणसाची विवेकबुद्धी जागृत करून आणि त्याच्या अंतरंगातली नानाविध कोळिष्टकं झाडून टाकून आधुनिक जीवनाला अनुरूप असं भारतीय मन निर्माण करणं आवश्यक आहे या विषयी केळकर नि:शंक होते. त्यांचं सारं लेखन व जीवन या निष्ठेनंच प्रेरित व नियंत्रित केलं होतं.

केळकरांच्या साठीच्या आसपास 'साहित्यसम्राट' या पदवीने जनता त्यांचा गौरवपूर्ण उल्लेख करू लागली. ही पदवी उत्स्फूर्तपणे लोकांनी त्यांना दिली याचं कारण, सार्वजनिक जीवनाच्या धुमश्चक्रीत अग्रभागी राहूनही साहित्याची सर्व क्षेत्रं त्यांच्या चतुर लेखणीनं सतत सजवली आणि सर्व स्तरातल्या वाचकांना विविध विषयात रस घ्यायला शिकविलं, हे आहे. साहित्यातल्या नव्या नव्या गोष्टींचं त्यांना नेहमी मोठं कुतूहल वाटे अगदी लहान मुलासारखं! १९२५ नंतर मराठीत लघुनिबंध रूढ झाला. त्यापूर्वी केळकरांनी विविध प्रकारचे निबंधलेखन अत्यंत यशस्वीपणानं केले असूनही ते हौसेनं लघुनिबंधाकडे वळले. 'पालापाचोळा' या पुस्तकात त्यांचे लघुनिबंध समाविष्ट झाले आहेत. त्यांच्या या लेखनविषयक हौसेची १९४३ सालची एक गोष्ट मला अजून आठवते. त्या वर्षी सोलापूर जिल्ह्यातल्या हिप्परग्याच्या राष्ट्रीय शाळेचा (त्या शाळेत स्वामी रामानंदतीर्थ काही काळ शिक्षक होते.) रौप्यमहोत्सव होता. चालकांनी केळकर, वामनराव जोशी, कवी यशवंत, चित्रकार दलाल आणि मी अशा पाच जणांना आग्रहानं या उत्सवाला नेलं होतं. आम्ही सारे दोन-तीन दिवस एकत्र होतो. त्या वेळी तात्यासाहेबांची सत्तरी उलटली होती. तथापि त्यांची साहित्यातली नवी नवी क्षेत्रं पादाक्रांत करण्याची आकांक्षा कमी झालेली नव्हती. एके दिवशी सकाळी ते मला म्हणाले, 'आज दुपारी तुम्ही आणि मी तासभर निवांतपणे बसू या.

तुमचं चित्रपटाचं तंत्र काय आहे ते मला एकदा नीट सांगा. माझ्या मनात एक चित्रकथा घोळत आहे.'

साहित्याविषयी सदैव वाटत राहणाऱ्या या आकर्षणामुळेच केळकरांनी काव्यनिर्मिती पासून हास्य-विनोदमीमांसेपर्यंत आणि लघुनिबंधापासून 'मराठे व इंग्रज' सारख्या ऐतिहासिक विवेचनपर ग्रंथांपर्यंत विविध प्रकारचं विपुल लेखन केलं. या सर्व क्षेत्रात त्यांना सारखंच यश मिळालं असं नाही. 'रचिसि वेषभूषा किंवा कुसुमचापपाशा?' या चरणांनी प्रारंभ होणारी कविता, 'माझी आगगाडी कशी चुकली' ही विनोदी कथा, 'तोतयाचं बंड' हे नाटक ही त्यांची निर्मिती प्रतिभेच्या स्पर्शानं उजळलेली आहे यात शंका नाही. पण हा संजीवक स्पर्श भल्याभल्यांच्या निर्मितीलाही नेहमीच लाभतो असं नाही. शिवाय केळकरांचं सर्व लिखाण अतिशय घाईगर्दीत झालं. त्यामुळे साहित्याच्या सर्व क्षेत्रात त्यांनी स्वच्छंद संचार केला असला तरी भविष्यकाळ त्यांना अव्वल दर्जाचे निबंधकार म्हणूनच ओळखत राहील. साहित्याच्या या विभागातच त्यांचे सर्व आत्मीय गुण एकवटून प्रकट झाले आहेत.

खऱ्याखुऱ्या निबंधाची परंपरा - वाङ्मयदृष्ट्या डोळ्यात भरावी अशी - चिपळूणकरांच्यापासून सुरू झाली. ती पुढील पन्नास वर्षांत आविष्काराच्या दृष्टीनं दोन भिन्न प्रवाहांच्या रूपानं विकसित होत गेली. आशय आणि वैचारिक भिन्नता दृष्टीआड करून या दोन प्रवाहांचा विचार करू लागलं तर चिपळूणकर, आगरकर, शिवरामपंत परांजपे, श्रीपाद कृष्ण कोल्हटकर, अच्युतराव कोल्हटकर, सावरकर इत्यादी निबंधकार हे एका वर्गात मोडतील. दुसऱ्या वर्गात टिळक, गोळे, राजवाडे, हरिभाऊ आपटे, खाडिलकर, विठ्ठल रामजी शिंदे, ना. गो. चापेकर, पांगारकर इत्यादिकांचा समावेश करता येईल. या दोन प्रवाहांचा संगम केळकरांनी आपल्या निबंधलेखनात केला. पुढे वा.म.जोशी, श्री.म.माटे, द.के.केळकर, माडखोलकर, पु.ग.सहस्रबुद्धे इत्यादी अनेक नामवंतांनी केळकरांनी घालून दिलेल्या मार्गाचाच अवलंब करून मराठी निबंध अधिक समृद्ध बनवला.

वाङ्मयीन व वैचारिक अशा दोन्ही दृष्टींनी केळकरांच्या निबंधलेखनाचा सूक्ष्म अभ्यास होणं आवश्यक आहे. त्यांच्या जन्मशताब्दीच्या निमित्तानं तो झाला तर आजकालचे अनेक साहित्यिक व पत्रकार त्यांचे किती ऋणी आहेत यावर सहज प्रकाश पडेल. आशय आणि आविष्कार या दोन्ही दृष्टींनी मराठी निबंधाच्या विकासाला केळकरांनी केवढा मोठा हातभार लावला आणि मराठी मन आधुनिक बनवण्याचा किती कसोशीनं प्रयत्न केला हेही या अभ्यासामुळे स्पष्ट होईल.

◆

माझे आवडते नाटक

निश्चित उत्तरांची अपेक्षा करणारे प्रश्न सामान्य माणसाला नेहमीच अवघड वाटतात. मग ते प्रश्न परीक्षेतले असोत, प्रपंचविषयक असोत वा परमार्थाशी संबंध असलेले असोत, त्यांची चपखल उत्तरे सहजासहजी त्याला सापडत नाहीत.

साहित्याच्या क्षेत्रात तर हा अनुभव अधिक तीव्रतेने येतो. साहित्यसृष्टीत प्रश्न विचारण्याइतकी दुसरी सोपी गोष्ट नाही आणि त्या प्रश्नाचे सर्वांचे समाधान करणारे उत्तर देण्याइतकी अवघड गोष्ट नाही. द्रोणाचार्यांनी अनेकांना धनुर्विद्या शिकवली पण त्यांच्या शरसंधानाच्या परीक्षेत फक्त अर्जुन उत्तीर्ण झाला, अशी एक कथा आहे. साहित्यात हे अर्जुनाचे शरसंधान दु:साध्यच असते!

'गडकऱ्यांच्या नाटकांपैकी तुमचं अधिक आवडतं नाटक कोणतं व ते का?' हा प्रश्न मला अवघड वाटतो तो यामुळेच. त्यातल्या फक्त पूर्वार्धाचे उत्तर द्यायचे असते तर 'एकच प्याला' हे दोन शब्द उच्चारून मी मोकळा झालो असतो. पण या प्रश्नाची खरी मेख त्याच्या नांगीत आहे. 'का?' हा एकाक्षरी प्रश्न सर्वच क्षेत्रात छळवादी ठरत आला आहे. मग त्याचा संबंध बालकाच्या जिज्ञासेशी असो, तरुणाच्या प्रेमप्रकरणाशी असो अथवा वृद्धाच्या तत्त्वचिंतनाशी असो.

गडकऱ्यांच्या नाटकांपैकी 'एकच प्याला' मला अधिक आवडते असे मी म्हणतो, तेव्हा अनेक प्रश्न दत्त म्हणून उभे राहतात. विद्यार्थीदशा ही आपल्या आवडत्या पांगुळगाड्याच्या साहाय्याने साहित्याच्या प्रांगणात पावले टाकण्याचा काळ असतो. असा जो पांगुळगाडा मला लाभला तो कोल्हटकर - गडकऱ्यांच्या साहित्याचा. माझ्या साहित्यविषयक कल्पना व आवडी-नावडी घडवण्यात या दोघांच्या प्रतिभांचा वाटा मोठा आहे. अशा स्थितीत गडकऱ्यांच्या मृत्यूनंतर केवळ पन्नास पावसाळे आले आणि गेले म्हणून त्यांच्या साहित्याकडे मी संपूर्ण अलिप्ततेने पाहू शकेन का? प्रत्येक आत्मचरित्रकार सत्य सांगण्यासाठीच आपण सज्ज झालो आहोत असा आव आणतो! पण बहुतेक आत्मचरित्रे आत्मसमर्थनाच्या फिक्या अगर

गडद रंगाने रंगलेली असतात हे आपण नित्य पाहतोच. हीच चूक कळत-नकळत माझ्या हातून होत नसेल कशावरून? साहित्याचे काटेकोर मूल्यमापन करण्यासाठी शस्त्रवैद्याची स्थितप्रज्ञता आवश्यक असते पण गडकऱ्यांचा थोडासा सहवास लाभलेल्या, विशीपंचविशीत त्यांच्या वाङ्मयाचा अंधभक्त असलेल्या आणि पुढेही त्या संप्रदायाचा अभिमान बाळगत आलेल्या माझ्यासारख्याला ती कशी साध्य होणार?

दुसरीही एक गोष्ट आहे. - गडकऱ्यांचे लेखनगुरू श्रीपाद कृष्ण कोल्हटकर यांनी 'भावबंधना'च्या प्रस्तावनेत लिहिले आहे, 'प्रतिभावान कवी व यशस्वी नाटककार या नात्याने गडकऱ्यांच्या ठायी जे अनेक गुण वसत होते, ते प्रस्तुत नाटकात, त्यांच्या इतर नाटकांतल्यापेक्षाही अधिक प्रमाणात व उज्ज्वल स्वरूपात निदर्शनास येतील.' श्रीमती आनंदीबाई शिर्के यांना आलेली श्रीपाद कृष्णांची पत्रे आनंदीबाईंच्या कृपेने मला पाहायला मिळाली होती. या प्रश्नातही 'एकच प्याला' पेक्षा 'भावबंधन' आपल्याला अधिक चांगले नाटक वाटत असल्याचे श्रीपाद कृष्णांनी नमूद केले आहे. कोल्हटकर हे १८९५-१९२० या कालखंडातले अग्रगण्य नाट्यसमीक्षक- माझे लेखनगुरू. असल्या समर्थ साहित्यिकाशी होणाऱ्या आपल्या मतभेदाचे साधार मंडन करणे हे काही सोपे काम नाही.

आजचा वाचक गडकऱ्यांची नाटके एकामागून एक वाचू शकतो. माझ्या बाबतीत तसे घडले नाही - घडणे शक्य नव्हते. 'प्रेमसंन्यास' मी वाचले ते मॅट्रिकच्या वर्गात असताना. पन्नास वर्षांपूर्वी पांढरपेशांना ज्वलंत वाटणारी विधवा-विवाहाची समस्या, कोल्हटकरी पद्धतीच्या कोट्यांचा मुसळधार पाऊस आणि बाण-कालिदासांची आठवण करून देणारा कल्पनांचा झगमगाट यामुळे ते नाटक वाचत असताना माझी स्थिती अद्‌भुतरम्य स्वप्न पाहणाऱ्या बालकासारखी झाली असली तर त्यात नवल कसले? त्या वेळी मी अवघा १५ वर्षांचा होतो. कोल्हटकरांनी सुशिक्षितात प्रिय केलेले शब्द चमत्कृती आणि कल्पनाचमत्कृती यांचे दारूकाम पाहण्यात मला मनस्वी आनंद वाटे. 'प्रेमसंन्यासा'त तर या दारूकामाचा राजवाड्यातल्या दिवाळीला लाजवणारा लखलखाट होता. या सर्व गोष्टीचा नाटकाच्या आत्म्याशी काय संबंध आहे? हे सारे रसपरिपोषक आहे की नाही? असल्या प्रश्नांचा विचार करण्याचे ज्ञान किंवा भान त्या वेळी मला नव्हते. 'शारदा' हे बालपणापासूनचे माझे आवडते नाटक, पण सामाजिक नाटक या दृष्टीने 'प्रेमसंन्यासा'ची त्याच्याशी तुलना करून पाहावी अशी इच्छा माझ्या मनात निर्माण झाली ती फार पुढे!

माझा गडकऱ्यांशी परिचय होण्याचा योग आता तेव्हा त्यांचे 'पुण्यप्रभावा'चे लेखन सुरू होते. प्रतिभावंताच्या प्रत्यक्ष सहवासात सामान्य व्यक्ती गेली व तीही वयाने लहान असलेली की सूर्याकडे पाहून जसे माणसाचे डोळे दिपतात तशी तिची स्थिती होते. मी या नियमाला अपवाद नव्हतो. हस्तलिखित स्वरूपातच 'पुण्यप्रभावात'ला

काही भाग मला वाचायला मिळाला. नाटक पुण्याच्या रंगभूमीवर येताच मी ते पाहिले. माझ्यातला मिसरूड न फुटलेला टीकाकार त्या वेळी नुकता कोठे वर डोके काढू लागला होता पण त्या डोक्यात खास त्याचे स्वत:चे असे नाट्यविषयक चिंतन मुळीच नव्हते; मग स्वैर कल्पनाविलासाची किंवा काळजाला हात घालणाऱ्या करुण प्रसंगाची धुंदी चढू न देता निखळ नाट्यदृष्टीने नाटकाचे मूल्यमापन करण्याची कुवत त्याच्या अंगी कुठून येणार?

या स्थितीत 'एकच प्याला', 'भावबंधन' व 'राजसंन्यास' ही गडकऱ्यांची पुढची नाटके, त्यांच्या मृत्यूनंतर मी अधाशीपणाने वाचली. एकदा-दोनदा नव्हे; अनेकदा. त्या नंतरच्या दहा वर्षांत मी स्वत: लेखनक्षेत्रात लुडबुडू लागलो. त्या निमित्ताने विविध आणि विपुल वाचन घडले. आपल्या आराध्य दैवताकडे तटस्थपणाने आणि तुलनात्मक पद्धतीने पाहण्याचा दृष्टिकोन त्या काळात निर्माण झाला. थोडाफार, पढिकपणाही पदरी पडला. कळत-नकळत साहित्यविषयक चिंतन सुरू झाले. त्या चिंतनाला नवे नवे फाटे फुटू लागले. या मन:स्थितीतच 'गडकरी-व्यक्ती आणि वाङ्मय' हे पुस्तक तीन तपांपूर्वी मी लिहिले.

पुढल्या १०-१५ वर्षांत ललित वाङ्मयाच्या काही क्षेत्रात मी लेखन केले. त्या लेखनाची लायकी काय असेल ती असो! पण अभिजात साहित्यनिर्मिती ही किती कठीण कला आहे, लेखक देवाघरचे देणे घेऊन आला असला तरी त्याचा काळ, समाज, अनुभव आणि आंतरिक व्यक्तिमत्त्व यांच्या क्रिया-प्रतिक्रिया त्याच्या शक्तींना कशा मर्यादा घालतात, भल्या-भल्या प्रतिभावंतांनासुद्धा आपल्या लेखनातील दोष टाळणे कसे अशक्य होऊन बसते, किंबहुना एखाद्या कलाकृतीचा स्वच्छंद रसास्वाद घ्यायचा असला तर कलावंतांच्या सामर्थ्याप्रमाणे त्यांच्या मर्यादांचीही जाणीव ठेवणे किती आवश्यक असते, या गोष्टी अधिक प्रमाणात मला समजू लागल्या. 'गडकरी-व्यक्ती आणि वाङ्मय' या पुस्तकाच्या दुसऱ्या आवृत्तीला पन्नास पृष्ठांचा 'ताजा कलम' मी जोडला तो या जाणिवेमुळेच!

त्या गोष्टीलाही आता २० वर्षे होत आली. या काळात गडकऱ्यांच्या नाटकांसंबंधीचे माझे मत मी बदलावे असे विशेष काही घडले नाही. किंबहुना या काळात स्वत:च्या साहित्यविषयक कल्पना घासून-पुसून पाहण्याची संधी मला मिळाली. या चिंतनाच्या आधारेच 'एकच प्याला' हे गडकऱ्यांचे नाटक आजही मला अधिक आवडते असे मी म्हणू शकतो. या आवडीनिवडीची कारणे अशी -

१) रंजन, बोधन, समाजदर्शन इत्यादि अनेक कार्ये ललित वाङ्मय स्वभावत:च करू शकते. पण त्याचे सर्वांत महत्त्वाचे कार्य वाचकाला एका सर्वस्पर्शी विश्वात्मक पातळीवरून जीवनाची यथार्थ जाणीव करून देणे आहे. हे कार्य 'एकच प्याल्या' मध्ये गडकरी अधिक यशस्वीपणे करू शकले. बाह्यत: हे नाटक या पानाचे

दुष्परिणाम चित्रित करणारे आहे असे वाटते. खुद्द गडकऱ्यांनीही हे गृहीत धरून संपूर्ण नाटकाची मांडणी केली आहे पण त्याला नकळत त्यांची प्रतिमा नाटकाची सामाजिक चौकट फोडून बाहेर पडली आहे. आंधळी नियती मानवी जीवनाला नेहमीच आपले खेळणे बनवत असते. तो तिचा एक आवडता खेळ आहे. पण मानव आपल्या आत्मशक्तीच्या बळावर अशा नियतीशी झुंज घेण्याचा प्रयत्न करतो. हा संघर्ष चिरंतन आहे. किंबहुना मानवी जीवनाला जे सौंदर्य, सामर्थ्य आणि अर्थशूचित्व प्राप्त झाले आहे ते त्याच्या नियतीशी सतत चालणाऱ्या संग्रमामुळेच. मनुष्यप्राणी विकारवश आहे, तो इंद्रियांचा गुलाम बनतो, कोणत्याही मोहाच्या आहारी चटकन जातो, हे जसे खरे आहे तसेच तो विवेकशील होऊ शकतो, आत्मशक्तीच्या उपासनेतून समर्थ बनतो आणि आपल्या श्रद्धांच्या आधारे नियतीने निर्माण केलेल्या आपत्तीशी झुंज घेण्याचे बळ त्याच्या ठिकाणी प्रादुर्भूत होऊ शकते, हेही खरे आहे. सुधाकर आणि सिंधू यांच्या शोकान्त संसारकथेकडे या दृष्टीने पाहिले म्हणजे 'एकच प्याला' हे केवळ दारूने घडवलेल्या सत्यानाशाचे कौटुंबिक चित्र राहत नाही. मानवी जीवनात मंगलअमंगलाचा जो सनातन संघर्ष सुरू आहे, त्याचाच हा एक भाग आहे, हे आपल्याला जाणवू लागते. मग आपले मन भोवतालच्या क्षुद्र, उथळ किंवा क्षणभंगुर द्वंद्वांतून बाहेर पडते आणि उदात्ततेची किनार असलेल्या करुणगंभीर पातळीवर स्थिरावते. गडकऱ्यांच्या इतर नाटकात हा अनुभव अशा तीव्रतेने येत नाही. विशाल जीवन-प्रत्ययाचा हा आनंद 'एकच प्याल्या'त आहे.

२) शृंगार व हास्य हे रस सर्वसामान्यपणे प्रेक्षकांना आवडतात. नाटक हे मुख्यतः मनोरंजनाचे साधन मानूनच प्रेक्षक ते पाहायला जातात. त्यामुळे या दोन रसांची लोकप्रियता स्वाभाविक आहे. पण वाचक प्रेक्षकांच्या मनावर एखाद्या नाट्यकृतीचा कायमचा ठसा उमटतो तो केवळ शृंगार आणि हास्य यांच्या विलसितांनी नाही. शेक्सपीअरच्या प्रतिभेचा परमोत्कर्ष त्याच्या शोकांतिकातच का दिसतो, याचा विचार केला म्हणजे 'एकोरसःकरुणएव' या भवभूतीच्या उद्‌गाराचे मर्म ध्यानी येते. वाचक-प्रेक्षकांच्या काळजाला जाऊन भिडण्याचे सामर्थ्य करुण रसातच असू शकते. कारुण्याचा हा आविष्कार गडकऱ्यांच्या इतर नाटकातही आहे. पण एखाद्या निर्झराचा प्रवाह पाषाणखंडांनी ठिकठिकाणी खंडित होत जावा तशी त्याची स्थिती आहे. पात्रांच्या स्वभावापेक्षा भडक किंवा नाटकी घटनातून ते कारुण्य निर्माण होत असल्यामुळे त्याचा मनावर परिणाम तात्कालिक उरतो. 'एकच प्याला'तले कारुण्य सुधाकराची मोहविवशता आणि सिंधूची पतिनिष्ठा यांच्या सरळसरळ संघर्षातून निर्माण झाले आहे. त्यामुळे ते अधिक स्वाभाविक, सुंदर व सखोल वाटते.

३) 'एकच प्याला' तील नाट्याचा आविष्कार गडकऱ्यांच्या इतर नाटकातल्यापेक्षा

अधिक कलापूर्ण वाटतो. अनेक पात्रे, अनेक प्रवेश ही रचनेची रूढ पद्धत याही नाटकात त्यांनी स्वीकारली आहे हे खरे. कोल्हटकरांनी प्रचलित केलेली गुंतागुंतीची कथानक रचना व विनोदी प्रवेशांचा सवतासुभा यांचेही अस्तित्व 'एकच प्याल्या'त आहे. पण इतर नाटकात लहानमोठी पात्रे नायक-नायिकांना जशी अधून-मधून झाकळून टाकतात, तसे 'एकच प्याला' त घडत नाही. त्यामुळे एखाद्या तीराप्रमाणे आपल्या लक्ष्याचा वेध घेण्याची शक्ती या नाटकाला प्राप्त झाली आहे. कथानकाची गुंतागुंत किंवा घटनांचा द्राविडी प्राणायाम यामुळे तात्पुरती रंजकता आली, तरी ही पद्धत नाट्योत्कर्ष आणि रसोत्कटता यांना मारक होते. 'एकच प्याल्या'त हा उत्कर्ष व ही उत्कटता लेखकाला अभिप्रेत असलेल्या स्वरूपात प्रकट झाली आहे.

४) गडकऱ्यांनी कोल्हटकरांना लेखनगुरू केले ते काही केवळ योगायोगाने नाही. कल्पनाविलासाचे देणे आणि त्याचे अनावर आकर्षण हा त्या दोघांच्या प्रतिभेमधल्या वाङ्मयाचा महत्त्वाचा भाग आहे. पण कोल्हटकरांची कल्पकता मुख्यत: चमत्कृतीचे खेळ खेळते. भव्य, रम्य, विशाल किंवा भीषण कल्पनाविलास हा त्यांच्या प्रतिभेचा स्थायी गुण नाही. त्यांच्या बुद्धिनिष्ठतेला असा स्वच्छंद विलास रुचलाही नसता! गडकऱ्यांनी गुरूकडून चमत्कृतिजनक कल्पनांची विद्या तर घेतलीच, पण तिला स्वत:च्या सौंदर्यशोधक कवित्वशक्तीची जोडही दिली. मात्र ही धुंद करणारी कल्पकता आणि नाट्यकृतीचा आत्मा असलेली भावना यांचा सुंदर संगम त्यांनी सर्वत्र साधला नाही. त्यांच्या सर्वच नाटकातले काही सुटे प्रवेश आपापल्यापरी परिणामकारक वाटले तरी संपूर्ण नाट्यकृतीचा मनावर एकसंघ परिणाम करण्याला ते समर्थ होत नाहीत. कल्पनाविलास व नाट्योत्कर्ष यातील हे अंतर गडकरी मोठ्या प्रमाणात दूर करू शकले ते 'एकच प्याल्या'त नाटककार या नात्याने हा त्यांचा मोठा विजय होता. रसपरिपोषक कल्पकता ही या नाटकातली एक प्रभावी शक्ती आहे. शेक्सपीअरच्या शोकांतिकात आपणाला बुद्धी आणि भावना यांना एकाच वेळी अंकित करणाऱ्या या दुर्लभ नाट्यगुणाचा पुन:पुन्हा प्रत्यय येतो. मराठीत अशी कल्पकता मुळातच दुर्मीळ! त्या दृष्टीने 'एकच प्याल्या'शी तुल्यबळ असे नाटक शोधून काढणे कठीण आहे.

'एकच प्याला' मला अधिक का आवडते याची ही थोडीशी चिकित्सा झाली. पण वस्तुत: कोणतीही कलाकृती मनावर जीवनाचा तळ पाहिल्याच्या आनंदाचा जो कायमचा संस्कार करून जाते, त्याच्यातच तिचे अपूर्वत्व असते. बौद्धिक चिकित्सेतून ते सहसा प्रतीत होत नाही. जी नाट्यकृती वाचकाला किंवा प्रेक्षकाला झपाटून टाकते, तिची नाट्यतंत्राच्या आधारे चिरफाड करत बसणे अंती अरसिकपणाचे ठरते. कालप्रवाहावर ज्या कलाकृती डौलाने तरंगत जातात, त्यांच्यामध्ये चिकित्सेच्या पलीकडे असणाऱ्या आत्मशक्तीचा प्रत्यय आपल्याला नेहमीच येतो. 'शाकुंतल'

हीही काही नुसती एक सुंदर प्रणयकथा नाही आणि 'शाकुंतला'चा चौथा अंक स्वतंत्रपणे कितीही हृदयस्पर्शी असला तरी तो काही त्या नाटकाचा आत्मा नव्हे! 'शाकुंतला'च्या आत्म्याचा परिचय गटे किंवा रविंद्रनाथ करून देतात तेव्हा आपल्याला त्याचे खरे रहस्य कळते. 'एकच प्याल्या'च्या बाबतीतही हे अंशत: खरे आहे.

'एकच प्याला' हे केवळ दारूच्या आहारी गेलेला एक नवरा आणि जगरहाटीप्रमाणे त्याच्यावर प्रेम करणारी एक बायको यांच्या दुर्दैवाची कहाणी नाही. या नाटकाचे मर्म लक्षात घेताना, 'पतिव्रतेला नाती नसतात' या सिंधूच्या उद्‌गारावर सर्व भिस्त ठेवून चालणार नाही. त्या मर्माचा मागोवा सिंधूच्या पुढील उद्‌गारांच्या आधारेच घ्यावा लागेल. तिसऱ्या अंकाच्या पाचव्या प्रवेशात वडील आणि भाऊ दारूबाज नवऱ्याला सोडून माहेरी चलण्याचा आग्रह करत असताना सिंधू उत्तरते, 'दादा, बाबा, तुम्हाला वेड तर लागलेले नाही? इकडची अशी अवस्था झालेली, घरात हा प्रकार. आता तर डोळ्यात तेल-वात घालून बसायला पाहिजे. मला काही वेडेवाकडे झालं असतं तर इकडून मला टाकणं झालं असतं का? माझ्याकरता आकाशपाताळ एक करायचं झालं नसतं का? मग मला इकडच्या जीवासाठी पडतील ते काबाडकष्ट उपसायला नकोत का? आमच्या गरिबीसाठी मोलमजुरी करायला नको का?'

मानव मूलत: एकाकी आहे. जन्मापासून मृत्यूपर्यंतच्या प्रवासात असुरक्षिततेच्या प्रकट अथवा सुप्त भीतीने तो पछाडलेला असतो. या भीतीवर केवळ प्रीतीच मात करू शकते - मानवाच्या मानवाविषयीच्या श्रद्धेतून निर्माण झालेली प्रीती भक्तीच्या पायरीवर जाऊन उभी राहू शकणारी प्रीती - ही प्रीती हाच 'एकच प्याल्या'च्या आंतरिक अर्थाचा आधार आहे.

◆

मराठी साहित्यातील धबधबा

सप्रेम नमस्कार वि.वि.

तुमचे पत्र पोचले. आचार्य अत्रे यांच्या एकसष्टीच्या निमित्ताने त्यांच्या वाङ्मयावर प्रबंध लिहिण्याचा तुमचा संकल्प वाचून फार आनंद वाटला. हे मी केवळ औपचारिक लिहीत नाही. तुमचा माझा प्रत्यक्ष परिचय नसला तरी गेल्या आठ-दहा वर्षांत कथा, टीका, कविता वगैरे तुमचे विविध लेखन मी आवडीने नुसत्या आवडीनेच नाही, तर आशेने चाळत आलो आहे. तुमच्यासारख्या नव्या पिढीतल्या एका बुद्धिवान लेखिकेने अत्रेसाहित्याचे मूल्यमापन करण्यात फार औचित्य आहे.

मी किंवा माझ्या पिढीतले इतर लेखक यांच्यांपैकी कुणीही अत्र्यांना संपूर्ण न्याय देऊ शकणार नाही, असे मला वाटते. तैलचित्र फार जवळून पाहिलं तर त्याचे सौंदर्य नीट कळत नाही. तसेच थोडेसे हे आहे. समकालीनांकडून कळत नकळत होणाऱ्या अनुकूल किंवा प्रतिकूल पक्षपाताची उदाहरणे कला आणि साहित्य यांच्या क्षेत्रात सर्व देशात, सर्व काळात आढळतात. इतर क्षेत्रातली अगदी जवळची उदाहरणे हवी असली तर फुले, रानडे, लोकहितवादी, चिपळूणकर, आगरकर, टिळक, गोखले यांनी परस्परांच्या कर्तृत्वाचे मूल्यमापन कसे केले, त्यांच्या काळी लोकांकडून ते कसे झाले आणि आज आपण ते कसे करत आहो हे पाहिले म्हणजे पुरे आहे. अगदी घरगुती उदाहरण हवे असले तर कुठलेही कुटुंब पाहा. त्यातल्या एखाद्या व्यक्तीच्या गुणावगुणांची कुटुंबांतल्या माणसांपेक्षा बाहेरच्या मंडळींनाच यथार्थ कल्पना असते!

मात्र पूर्णपणे समकालीन नसणे हा रसिक टीकाकाराचा अभावात्मक गुण झाला. त्याला दुसऱ्या एका प्रभावी गुणाची जोड अवश्य हवी! चांगले ललितलेखन करण्याची शक्ती तुमच्या ठिकाणी आहे ही माझ्या मते या बाबतीत फार महत्त्वाची गोष्ट आहे. पुष्कळदा पढिक पंडितांकडून ललित वाङ्मयाचे समीक्षण म्हणून जे काही केले जाते ते केवळ शवच्छेदन असते. ती चूक तुमच्या हातून निश्चित होणार नाही.

काही डॉक्टर शस्त्रक्रियेत मोठे कुशल असतात. पण ती कुशलता निराळी आणि रोगनिदानात दिसून येणारी सूक्ष्म, चिकित्सक बुद्धी निराळी! म्हणून ललित वाङ्मयाच्या निर्मितीचा जिला चांगला अनुभव आहे अशा तुमच्यासारख्या तरुण लेखिकेने हे प्रबंधलेखनाचे काम हाती घेतले हे फार चांगले झाले.

तुम्ही विचारलेल्या प्रश्नांची उत्तरे देण्याच्या आधी एक धोक्याची सूचना देऊन ठेवतो; तिचा राग मानू नका. समकालीनात जशी भीम-दुर्योधनी असते; तशी वडील पिढी आणि तरुण पिढी यांच्या दरम्यान सोराबरुस्तुमी असू शकते. मार्मिकता व रसिकता अंगी असूनही अचूक ऐतिहासिक दृष्टिकोनाच्या अभावामुळे आपले अनेक टीकाकार नेहमी एकांगी विधाने करत असतात. अशा विधानांची परंपरा एकदा सुरू झाली की दाट धुक्यातून सूर्य जसा निस्तेज दिसू लागतो, तसे गतकालीन प्रसिद्ध लेखकाचे कर्तृत्वही भिकार भासू लागते. अशा पुस्तकी टीकाकारांचा कंपू श्री. कृ. कोल्हटकरांसारख्या प्रतिभावान लेखकाच्या कीर्तीचासुद्धा सहज बळी घेऊ शकतो, हा आपल्याकडला ताजा अनुभव आहे. म्हणून मला तुम्हाला पहिली विनंती करायची आहे ती ही की, अत्र्यांच्या वाङ्मयाचा अभ्यास करताना त्यांच्या प्रत्येक कृतीच्या काळाशी आणि तत्कालीन वाङ्मयीन विश्व व सामाजिक मन यांच्याशी समरस व्हा आणि मग तुमच्या वाङ्मयीन कसोट्या लावून स्वतंत्र बुद्धीने आपले निर्णय घ्या! हे 'मेलोड्रामा' आहे, ते 'सेंटिमेंटल' आहे, ही भाषाशैली कृत्रिम आहे, ती समस्या अमक्या युरोपीअन नाटककाराने तमक्या रीतीने मोठ्या प्रभावीपणे मांडली आहे वगैरे पोपटपंचीवर फार भरवसा ठेवू नका. ललित लेखकाचे मूल्यमापन करताना त्याचे आंतरिक व्यक्तित्व आणि त्याचे वाङ्मयीन व्यक्तित्व यांच्याइतकेच ज्या कालखंडांत व ज्या सामाजिक पार्श्वभूमीवर त्याच्या प्रतिभेचा विकास झालेला असतो आणि ज्या विशिष्ट परिस्थितीत आणि विशिष्ट प्रतिक्रियांनी प्रेरित होऊन त्याने वाङ्मय निर्मिती केलेली असते त्यांचेही महत्त्व आहे.

उदाहरणार्थ, अत्र्यांची नाटकेच घ्या! मराठी रंगभूमीच्या अगदी पडत्या काळात अत्रे नाटककार म्हणून लोकांपुढे आले. त्यांना जी नाटकमंडळी लाभली तिच्यात बापुराव माने, धुमाळ, नागेश जोशी असे काही उदयोन्मुख गुणी नट होते; नाही असे नाही. पण अत्र्यांच्या पूर्वीच्या नाटककारांना अभिनय व संगीत या दोन्ही दृष्टींनी जसे प्रभावी आणि लोकप्रिय संच मिळाले होते, तसा संच अत्र्यांच्या वाट्याला आला नाही हे उघड आहे. प्रवाहाबरोबर पोहत जाणे आणि त्याच्या उलट दिशेने पोहणे यातले अंतर आपण जाणलेच पाहिजे. ते जाणले तरच अत्र्यांच्या नाट्यप्रतिभेचे स्वरूप व सामर्थ्य आपल्याला कळेल.

कोणत्याही ललितलेखकाचे मूल्यमापन करताना अशा स्वच्छ ऐतिहासिक दृष्टीइतकीच त्याच्या अंतरंगाचा ठाव घेण्याची शक्तीही टीकाकाराच्या अंगी हवी. तुम्ही मला विचारलेल्या प्रश्नातला पहिला प्रश्न असा आहे - 'आचार्य अत्रे यांनी साहित्याच्या विविध क्षेत्रात संचार केला. अष्टपैलू लेखकात त्यांचे स्थान मानाचे आहे, हे एकदम मान्य! पण अनेक क्षेत्रात लेखन करत गेल्यामुळे एकाच क्षेत्रात भव्य, उत्कट आणि अमर अशी निर्मिती करण्याचे त्यांचे सामर्थ्य कमी झाले असे तुम्हाला वाटत नाही का?'

तुमचा हा प्रश्न सर्वस्वी चुकीचा आहे असे मी म्हणत नाही पण वाङ्मयनिर्मितीशी ज्याचा निकटचा संबंध असतो, ते लेखकाचे आंतरिक व्यक्तित्व तुम्हाला नीट पारखता यावे म्हणून. मीच तुम्हाला उलट असा प्रश्न विचारीन, 'लेखक वाङ्मयाच्या निरनिराळ्या क्षेत्रात प्रवेश करतो, तो काय केवळ मौज म्हणून? त्या त्या क्षेत्रातली इतरांची कामगिरी पाहून आपणही काही करून दाखवावे, अशा केवळ स्पर्धेच्या अथवा ईर्ष्येच्या भावनेने का तो विविध लेखन करतो?' असे लेखक नसतात असे नाही. पण त्या त्या क्षेत्रात त्यांचे स्थान नेहमीच तिसऱ्या-चौथ्या दर्जाचे असते. ते उगवताउगवताच मावळतात. त्यांच्या कृती फुलण्यापूर्वीच कोमेजून गेलेल्या असतात. कोणत्याही क्षेत्रातल्या अशा दुर्बळ लेखकात अत्र्यांचा कट्टर विरोधकसुद्धा त्यांची गणना करणार नाही.

अत्रे जे अष्टपैलू लेखक झाले ते विशिष्ट आंतरिक व्यक्तित्वामुळे! त्या त्या क्षेत्रात ते रमले म्हणून! त्या सगळ्यातून निर्माण झालेल्या समरसतेने त्यांची प्रतिमा प्रफुल्लित झाली म्हणून! तुम्हाला सांगितले तर आश्चर्य वाटेल, पण १९२० नंतरच्या पिढीतल्या या पट्टीच्या लेखकाचा, प्रथम प्रथम लेखक होण्याचा विचारच नव्हता! १९२७ साली अत्र्यांनी एका पत्रात मला लिहिले होते, 'मी फुलातून उठून मुलात येऊन बसलो आहे.' अत्र्यांच्या आंतरिक व्यक्तित्वावर पूर्णपणे प्रकाश टाकायला हे एक वाक्य समर्थ आहे. या वेळी ते पुण्याच्या कँप एज्युकेशन सोसायटीच्या शाळेचे मुख्याध्यापक होते. अगदी अंतर्बाह्य शिक्षक झाले होते ते! समुद्राशी एकरूप होणाऱ्या गंगेच्या अनेक प्रवाहांप्रमाणे, अल्प काळ का होईना, त्यांची बुद्धी, प्रतिमा आणि महत्त्वाकांक्षा या शाळेच्या एका बाजूने विशाल तर दुसऱ्या बाजूने चिमुकल्या अशा जगात विलीन झाल्या होत्या.

ही त्यांची वृत्ती ध्यानात घेतली म्हणजे पुण्यातल्या माध्यमिक शाळेपासून संयुक्त महाराष्ट्राच्या राजकारणापर्यंत आणि खुमासदार विडंबनकाव्यापासून चटकदार व चटकेदार राजकीय लेखांपर्यंत विविध क्षेत्रात अत्रे का संचार करत गेले हे कळून येईल. त्यांचे व्यक्तित्व मुळातच मोठे जबरदस्त व वैचित्र्यप्रिय आहे. धबधब्याचीच उपमा त्याला शोभेल. मिळमिळीत असे काही त्यांना रुचत नाही. काहीतरी भव्य,

मोठे, डोळे दिपविणारे असे करण्याचा ध्यास हा त्यांच्या मनोवृत्तीचा स्थायी भाव आहे. सभेला जमलेली हजार-दोन हजार माणसे पाहून त्यांचे समाधान होत नाही. ती निदान आठ-दहा हजार हवीत! जितके श्रोते अधिक तितकी अत्र्यांच्या भाषणाला रंगत जास्त!

प्रतिभेचे परमेश्वरी देणे अनेकांना लाभते, पण वैचित्र्याची भरपूर आवड असणारे रगेल, रंगेल आणि प्रभावी व्यक्तित्व प्रत्येकापाशी असतेच असे नाही. या बाबतीत अत्र्यांशी तुल्यबळ, अगदी त्यांच्याइतकाच बहुरंगी आणि बहुढंगी असा एकच साहित्यिक मला आठवतो - ते म्हणजे अच्युतराव कोल्हटकर.

दुसरीही एक गोष्ट याच संदर्भात तुम्ही लक्षात घ्यायला हवी. वाङ्मयात उंची आणि खोली यांना जसे महत्त्व आहे, तसे लांबी आणि रुंदी यांनाही आहे. अत्र्यांच्या पिढीचे कार्य एखाद्या विशिष्ट वाङ्मयप्रकाराच्या विकासाचे नव्हते; ते ललित साहित्यक्षेत्राच्या विकासाचे आणि वाङ्मयविलासाचे होते. म्हणूनच त्या पिढीतल्या फडके, अत्रे, माडखोलकर, साने गुरुजी वगैरे लेखकांनी स्वत:ला एकाच लेखनप्रकाराच्या परिसरात कोंडून घेतले नाही. माडखोलकरांसारख्यांनीसुद्धा लघुकथा लेखन केले ते त्या काळाला प्राणभूत असलेल्या या प्रवृत्तीमुळेच.

अत्र्यांच्या बाबतीत तर ही प्रवृत्ती अधिक स्पष्टपणे दृष्टीला पडते. १९२०-३० या आपल्या लेखनाच्या पहिल्या दशकात ते 'झेंडूच्या फुलां' मुळे लोकप्रिय झाले. विडंबन काव्य ही तेव्हापर्यंत थोडीफार नवीन अशी एक टूम होती. अत्र्यांनी त्याला एका रंजक व मार्मिक काव्यप्रकाराची प्रतिष्ठा प्राप्त करून दिली. हा काव्यप्रकार त्यांनी हाताळलाही मोठ्या कुशलतेने! नाट्यछटा जशा दिवाकरांनीच लिहाव्यात तशी विडंबनकाव्ये अत्र्यांनीच करावीत असे कुणी आज म्हटले तरी त्यात अतिशयोक्ती होण्याचा संभव नाही. पण विडंबनाचे क्षेत्रच मुळात मर्यादित असते! मनूचा मासा राहून राहून कमंडलूत किती काळ राहणार? त्याला संचार करायला सागरच हवा! 'झेंडूच्या फुलां'मुळे धारदार झालेल्या अत्र्यांच्या विनोदी प्रतिभेला स्वैर विहार करायला खूप विस्तृत असे क्षेत्र हवे होते. या धडपडीतून 'ब्रँडीची बाटली' सारख्या त्यांच्या विनोदकथा निर्माण झाल्या. पण कथेपेक्षा नाट्य हीच अत्र्यांच्या प्रतिभाविलासाला अधिक योग्य अशी जागा होती. १९३०-४० या दशकात ते क्षेत्र त्यांना मिळाले. 'साष्टांग नमस्कारा'पासून 'पराच्या कावळ्या' पर्यंत त्यांच्या विनोदी प्रतिभेने त्या वेळी केलेला स्वच्छंद संचार मराठी रंगभूमी कधीही विसरणार नाही.

आसन्नमरण नाट्यकलेला या नाटकांनी काही काळ जीवनाचा आनंद उपभोगण्याची संधी दिली हे काम येरागबाळाचे नव्हते हे तर खरेच! पण माझ्या मते कोटि, उपरोध, उपहास, विडंबन आणि शुद्ध विनोद यामुळे रंगतदार झालेल्या आपल्या नाटकांनी विनोदी नाटकांच्या अर्धविकसित व खंडित परंपरेला अत्र्यांनी जी लोकमान्यता

प्राप्त करून दिली ती फार मोलाची आहे. कोल्हटकर - गडकरी विनोदप्रभू होते, पण केवळ विनोदी असे नाटक लिहिण्याकडे त्यांनी कधीच नीट लक्ष दिले नाही. (कोल्हटकरांचे 'सहचारिणी' आणि गडकऱ्यांचा 'वेड्यांचा बाजार' हे या दृष्टीने अगदी अर्धवट असे प्रयत्न आहेत.) माधवराव जोशी व शं.प. जोशी यांनी ही परंपरा सुरू केली. पण 'म्युनिसिपालिटी' आणि 'खडाष्टक' ही नाटके रंगतदार असली तरी 'तुझे आहे तुजपाशी'तल्या विविध पातळीवरल्या विनोदाचा आजचा प्रेक्षक मनसोक्त आस्वाद घेऊ शकतो याचे कारण अत्र्यांच्या नाटकांनी त्याला मार्मिक आणि मर्मभेदक विनोदाच्या बाबतीत रसिक बनवला या घटनेत आहे.

तुमचा दुसरा एक प्रश्न ओघानेच या ठिकाणी उत्पन्न होतो. 'अत्रे यांना यशस्वी नाटककार म्हणता येईल काय? की ते नुसते लोकप्रिय प्रहसनकार आहेत?' हा तो प्रश्न! अत्र्यांना प्रहसनकार म्हणून हिणवणारे लोक कोण आहेत व त्यांच्या मळमळीच्या मुळाशी कोणती कारणे आहेत याचा तुम्ही थोडाफार विचार केला असेलच. तो विचार बाजूला ठेवला तरी अत्र्यांच्या या नाकाने कांदे सोलणाऱ्या टीकाकारांना मी एवढीच विनंती करीन, की त्यांनी कृपा करून एखादे प्रहसन लिहून पाहण्याचा प्रयत्न करावा. आपल्याकडे साठ वर्षांपूर्वी विनोदाचा विकास झाला नव्हता. त्यामुळे त्या वेळी प्रहसने म्हणून पुढे येणारी नाटके अगदी सामान्य प्रतीची असत. पण केवळ चार घटका हसवण्याकरता स्थूल स्वरूपाच्या परंपरागत विनोदी युक्त्यांचा अवलंब करून लिहिलेले प्रहसन आणि उपरोध, उपहास व विडंबन यांच्याद्वारे सामाजिक टीका करणारे प्रहसन यात पुष्कळच अंतर आहे. अत्र्यांची नाटके या दुसऱ्या वर्गात मोडतील. तरल पण प्रसन्न कल्पकता आणि प्रसंगी पातळीची फारशी पर्वा न करता स्वैर नर्तन करणारा विनोद यामुळे त्यांच्या नाटकांचा खुमासदारपणा वाढला आहे. ते केव्हा कुणाची टोपी उडवतील याचा नेम नाही हे खरे! पण सर्कशीत एकाच वेळी अनेक चेंडू उंच फेकून ते वरच्यावर झेलण्याचा एक खेळ असतो ना तसा त्यांचा हा खेळ चालतो. ऑस्कर वाइल्ड, सॉमरसेट मॉम आणि नोएल कॉवर्ड यांची नाटके आवडीने वाचणाऱ्यांनी अत्र्यांच्या नाटकांना नुसती नाके मुरडणे हा 'मूल होईना नि सवत साहिना' अशातलाच प्रकार आहे.

या लिहिण्यावरून मी अत्र्यांचे वकीलपत्र घेतले आहे असा कृपा करून गैरसमज करून घेऊ नका. मी हाडाचा शिक्षक आहे. वकील व्हायला लागणारा कुठलाच गुण माझ्या अंगी नाही. मी वकील झालो असतो तर बहुधा माझ्या पक्षकारांवर हाती चोपदरी घ्यायची पाळी आली असती!

ते असो, अत्रे व मी समकालीन असल्यामुळे आम्ही अनेकदा परस्परांवर टीका केली आहे हे विसरू नका. अर्थात अशा वेळी गदा अत्र्यांच्या हातात आणि लाटणे माझ्या हातात अशा प्रकारचा तो विजोड सामना झाला असेल! पण 'हंस पिक्चर्स'

मध्ये अत्र्यांच्याबरोबर मी काम केले असल्यामुळे व्यक्ती, साहित्यिक या दोन्ही नात्यांनी मी त्यांचे गुणअवगुण नीट जाणतो. त्यांच्या नाटकांना अनेक मर्यादा आहेत. पण त्या सर्व लक्षात घेऊनही मी त्यांची गणना नाट्यक्षेत्रातल्या मोहऱ्यातच करीन. प्याद्यात नाही. ते या बुद्धिबळाच्या डावांतले वजीर नसतील पण हत्ती निश्चित आहेत!

तुमच्या आणखी एका प्रश्नाचा इथेच विचार केलेला बरा. अत्र्यांच्या नाट्यवाङ्मयाकडेच नव्हे तर इतर लेखनाकडेही तुम्ही अगदी निराळ्या दृष्टीने पाहत आहा. पायरीच्या आंब्यासारखा फणस चोखून खाता येत नाही. असे एखाद्याने म्हटले तर त्याला उत्तर काय द्यायचे? अत्रे विचारक नाहीत; ते प्रचारक आहेत. प्रतिभेची तरलता हा त्यांच्या प्रतिभेचा मोठा गुण; चिंतनशीलता हा नव्हे. त्यांचे लेखन घ्या अगर वक्तृत्व घ्या. तुम्हाला हाच अनुभव येईल. पण ते केवढे जबरदस्त प्रचारक आहेत याची साक्ष संयुक्त महाराष्ट्राच्या चळवळीत पूर्णपणे मिळाली आहे. त्यांची वाणी म्हणजे मुलूखमैदान तोफ आहे! आणि त्यांची लेखणी? ती झेंडूच्या फुलांपासून लाल निखाऱ्यापर्यंत विविध गोष्टीचा विरोधकांवर वर्षाव करू शकते.

तुमचे इतर अनेक प्रश्न अत्र्यांच्या निरनिराळ्या ललित कृतीतील गुणदोषांसंबंधी आहेत. पत्राद्वारे त्यांची चर्चा करणे कठीण आहे. उदाहरणार्थ, 'उद्याचा संसार' या नाटकासंबंधीच्या तुमच्या शंका. अत्रे हे माट्यांसारखे एक प्रकारचे सनातनी सुधारक असल्यामुळेच हे नाटक ते लिहू शकले या विधानाने किंवा इब्सेनचे 'घोस्टस्', 'एकच प्याला' व 'आंधळ्यांची शाळा' या नाटकांचा अभ्यास केला तरच 'उद्याचा संसार' चे गुणावगुण चांगल्या रीतीने कळतील, या वाक्याने मला काय म्हणायचे आहे हे तुमच्या नीट लक्षात येणार नाही. म्हणून तुम्ही तुमची प्रबंधाची प्राथमिक तयारी पूर्ण झाल्यावर पत्रात लिहिल्याप्रमाणे एखाद्या दिवसाची सवड काढून या. म्हणजे अत्रे साहित्याविषयीच्या तुमच्या अनेक प्रश्नांची उत्तरे मी समक्ष देईन.

मात्र अत्रे साहित्याचा अभ्यास करताना पुढील गोष्टी जरूर लक्षात ठेवा - (अ) १९२० नंतरचा वाङ्मयीन कालखंड हा सामान्यांचा आहे, असे म्हणण्याचा जो पंडिती प्रघात पडला आहे, तो साधार असो वा निराधार असो, या काळात मराठीत जे असामान्य साहित्यिक झाले त्यात अत्र्यांची गणना भावी इतिहासकार निश्चित करतील. (आ) विडंबनकार, विनोदी नाटककार, चित्रपटकथाकार आणि लोकप्रिय पत्रकार व वक्ता या सर्व भूमिकात अत्र्यांनी आपला ठसा मराठी मनावर आणि जीवनावर उमटवला आहे. (इ) १९२० नंतर चिपळूणकरांनी प्रवर्तित केलेली पंडिती शैली मागे पडली. हरिभाऊ, केळकर, गुर्जर वगैरेंनी नव्या प्रसन्न शैलीचा मार्ग १९२० पूर्वीच चोखाळला होता. पण १९२० नंतरच्या कालखंडात मराठी भाषेला जे नवे, सुंदर असूनही सोपे असे वळण लागले त्याचे श्रेय फडके, साने

गुरुजी व काणेकर यांच्याइतकेच अत्र्यांनाही आहे. (ई) अध्यात्मातल्या अनुभूतीप्रमाणे वाङ्मयातल्या अनुभूतीचेही आपल्याकडे सध्या स्तोम माजवले जात आहे. बैल जसा तांबड्या चिंधीला बुजतो, तसे हे लोक 'सामाजिक' या शब्दाने बेचैन होऊन जातात. पण शुद्ध कलात्मक किंवा वाङ्मयीन गुण जसे अत्रे साहित्यात आहेत त्याचप्रमाणे त्यात सामाजिक स्पर्शही आहे. त्यांची लेखणी जशी चित्रकाराचा कुंचला होऊ शकते तशी ती सैनिकाची बंदूकही होते.

अत्र्यांच्या येत्या वाढदिवशी तुमच्या-माझ्याप्रमाणे लाखो मराठी माणसे त्यांच्या हातून दीर्घकाळ अशीच साहित्यसेवा होवो अशी शुभेच्छा व्यक्त करतील. अशी लक्षावधी रसिकांची मानवंदना साहित्यातल्या सेनापतीलाच मिळू शकते; नाही का?

तुमचा

– वि.स. खांडेकर

◆

ज्वालेची पूजा करणारा पारिजातक : बा. भ. बोरकर

श्री संपादक, मांडवी यांस,

सप्रेम नमस्कार वि.वि.,

कविवर्य बोरकर एकसष्ठाव्या वर्षांत पदार्पण करत आहेत हे वृत्त तुमच्याकडून कळले म्हणूनच त्याच्यावर विश्वास ठेवायचा. एरवी बोरकरांची मूर्ती नि बोरकरांची कविता यांच्याकडे पाहून त्यांना एकसष्ठीचा वारा लागल्याच्या पुसट खुणासुद्धा शोधून काढणे फार कठीण आहे.

तीन तपापूर्वी बोरकर शिरोड्याला पहिल्यांदा माझ्याकडे आले. ते घराच्या पायऱ्या चढले, ते कुठली तरी गोड ओळ गुणगुणतच. 'करि सुंदरी स्वर शृंगार' ही किंवा अशीच दुसरी कुठली तरी ओळ असावी. ती मनात घोळवतच ही स्वारी मोटारस्टँडवरून आमच्या घरी आली. आजही ते माझ्याकडे आले आणि पहिल्या पाच-दहा मिनिटात अर्धवट एखादा मधुर चरण गुणगुणले नाहीत, असे सहसा होत नाही. अनेक कवींच्या बाबतीत काव्यलेखन आणि प्रत्यक्ष जीवन यांच्यामध्ये भली मोठी उंच दगडी भिंत उभी असते. काव्यलेखनाच्या वेळी ते कवी असतात. काही चांगले लिहून जातात. पण दैनंदिन जीवनात ते कवी राहू शकत नाहीत. पक्के व्यवहारी बनतात. त्याला अपवाद असणाऱ्या मोजक्या मराठी कवींत मी बोरकरांची गणना करतो. बोरकरांच्या कवितेचे बालकवींच्या कवितेशी एक अंतरीचे नाते आहे. त्याचा उलगडा बोरकरांच्या या काव्यधुंद वृत्तीमुळे होतो. बालकवी असेच स्वप्नील जगात असल्यासारखे वाटत. रस्त्याने - चालतानाही कुठल्यातरी अद्भुत अरुणोदयाकडे, नक्षत्रमंडित रजनीकडे किंवा लाजऱ्या-बुजऱ्या फुलराणीकडे पाहत आहे, अंगावरून येणाऱ्या-जाणाऱ्यांचे भान नाही असा भास होई. बोरकर साठ वर्षांचे झाले असे जे माझ्यासारख्याला वाटत नाही याचे मुख्य कारण त्यांची ही काव्यधुंद वृत्ती. या

वृत्तीतून निर्माण झालेल्या त्यांच्या चिररुचीर कवितेने तीन तपे सावलीसारखी सोबत केली आहे. अधून-मधून तुम्हा आम्हाला तिचे मोहक रूप दिसते पण खरोखरीच अष्टौप्रहर ती बोरकरांची अंतरंगीची मैत्रीण म्हणून वावरत असते.

१९३५-४० पासून एक अग्रेसर कवी म्हणून गोमंतकापासून ग्वाल्हेरपर्यंत पसरलेल्या काव्यप्रेमी मराठी जनतेला बोरकर उत्फुल्ल करत आले आहेत. अशा एका सत्कवीसंबंधी समीक्षापर काही लिहिणं सोपं नाही. प्रकृती थोडी बरी असती तर त्यांनी लिहिलेल्या आणि मला अतिशय आवडणाऱ्या एखाद्या कवितेचं रसग्रहण मी 'मांडवी' साठी पाठवले असते पण रक्तदाबाच्या त्रासाने मी रुग्णशय्येवर पडून आहे, म्हणून आज पत्राद्वारे त्यांच्या विषयीच्या माझ्या भावना व्यक्त करत आहे.

वर रसग्रहणाचा उल्लेख आला त्या अनुषंगाने अगदी सहजपणेच सुचलेली एक गोष्ट इथे नमूद करतो. सुमारे चाळीस वर्षांपूर्वी माधवराव पटवर्धनांनी 'प्रगति' साप्ताहिकात निरनिराळ्या कवींच्या चांगल्या कवितांची रसग्रहणे लिहिली होती. ती नंतर त्यांच्या काव्यविषयक लेखसंग्रहात समाविष्टही झाली. पण तशा प्रकारचा प्रयत्न पुढल्या कुठल्याही काव्यसमीक्षकाने केलेला आठवत नाही. कुसुमाग्रज, बोरकर, मर्ढेकर, विंदा करंदीकर इत्यादी कवीच्या कवितांची रसग्रहणे भिन्न भिन्न समीक्षकांनी केली तर सर्व सामान्य मराठी वाचकांचे काव्यप्रेम थोडे वाढीला लागण्याचा संभव आहे. मराठीत चांगली कविता अखंड निर्माण होत आली आहे. पण १९१० पासून १९४५ पर्यंतच्या कालखंडात कविता जशी सर्वसामान्य रसिकांपर्यंत पोचली, घराघरात आणि मनामनात गेली तशी ती १९१० पर्यंत गेली नव्हती. १९४५ नंतरही जाऊ शकली नाही. आजकाल जणू काही उच्चभ्रू मंडळींच्या शहरी वर्तुळातच वावरत आहे असे अनेकदा जाणवते. काव्यप्रेम हा अभिजात संस्कृतीचा भाग आहे. चिकित्सेच्या पद्धतीने होणारी समीक्षा निरुपयोगी असते असे मला म्हणायचे नाही. पण चिकित्सा हा थोडाफार तज्ज्ञांचा प्रांत ठरतो. सर्व क्षेत्रातले मिरासदारीचे दिवस आता संपत आले आहेत. सर्वसामान्य माणसाला जसा सकस शिक्षणाचा, तसा सरस साहित्याचा सुलभतेने लाभ व्हायला हवा. रसग्रहणपर लेखन हे काम अंशत: तरी करू शकेन.

या विषयांतराबद्दल मी तुमची क्षमा मागून बोरकरांचा तीन तपांचा स्नेही आणि त्यांच्या काव्याचा चाहता म्हणून दोन शब्द इथे लिहितो. साहित्याच्या एकेका क्षेत्रावर, एका विशिष्ट कालखंडापुरते का होईना, अधिराज्य करणारे प्रतिभावंत फार थोडे असतात, एखादे दशक, फार तर एखादी पिढी त्यांच्या नाममुद्रेने - अंकित होऊन जाते. प्रत्येक वेळच्या नव्या वळणाचे मानकरी तेच असतात. आधुनिक मराठी कवितेच्या इतिहासात असे छोटे-छोटे कालखंड कवीच्या एकेका जोडीने प्रकाशित करून सोडले आहेत. १९१० पूर्वीचा कालखंड टिळक-केशवसुतांचा, १९१० ते २० बालकवी-गोविंदाग्रजांचा, १९२५ ते ३५ हा यशवंत आणि माधव

ज्युलियन यांचा; तसाच १९३५ ते ४५ हा कालखंड बोरकर-कुसुमाग्रजांचा. त्यांच्या उदयाचा आणि उत्कर्षाचा. या दशकाच्या आरंभी मराठी कवितेला ओहोटी लागली आहे अशी शंका प्रा. माट्यांचेसारखे रसिक व्यक्त करू लागले होते, पण आहोटीची ही भीती अगदी अस्थानी आहे, मराठी कवितेला नवी भरती येत आहे, हे बोरकर-कुसुमाग्रजांनी निर्विवादपणे त्या वेळी सिद्ध केले.

एखादे दशक किंवा पंधरा-वीस वर्षांची एखादी पिढी गाजवणारे साहित्यिक पुढेही तेवढेच सामर्थ्यशाली राहतात असे नाही. वेगाने बदलणारा काळ, झपाट्याने नवी वळणे घेणारी अभिरुची, वाढणारे वय आणि प्रपंच यांचा निर्मितीच्या मूलभूत प्रेरणांना होणारा काच अशा अनेक गोष्टींमुळे पुष्कळांची प्रतिभा पुढे क्षीण होते. त्यातले काही मुके होतात. बाकीचे लिहीत राहतात पण त्यांचे लेखन पूर्वीच्या मानाने फिकट, कोमट असतं. बोरकरांच्या बाबतीत हे घडलेले नाही. आपल्या स्वतंत्र पाऊलवाटेने संथपणे त्यांचे मार्गक्रमण सुरू आहे. त्यांच्या कवितेचे रसिकांना वाटणारे आकर्षण अजून कमी झालेले नाही.

सहजता व सुभगता, रम्य कल्पकता आणि कोमल भावगर्भता, सौंदर्याची ओढ आणि तिला मिळालेली उदात्ततेची जोड यांचा बोरकरांच्या कवितेत जेवढा मधुर संगम झाला आहे तेवढा इतरत्र क्वचितच आढळेल. ही त्यांची बलस्थाने आहेत ती त्यांनी नेमकी ओळखली आहेत. नादमधुर कविता मराठीत काही थोडी नाही. पण त्या नादमाधुर्याच्या पाठीमागे उभे असलेले पांडित्य, नाही म्हटले तरी रसिक मनाला खटकते. तांबे, बालकवी, बोरकर यांची गोष्ट या बाबतीत अगदी निराळी आहे. त्यांच्या नादमाधुर्याचा बुद्धिचातुर्याशी, शब्दक्रीडेशी किंवा व्युत्पन्नतेशी संबंध नाही. एखाद्या रमणीच्या विभ्रमाप्रमाणे ते माधुर्य स्वाभाविक वाटते. किंबहुना नादमाधुर्य या पुस्तकी शब्दाने त्यांचे गुणवर्णन करणे म्हणजे त्या सहज सौंदर्याचा अवमान करण्यासारखे आहे. जशी पानांची सळसळ किंवा झऱ्यांची झुळझुळ त्यांच्यापासून अलग करता येत नाही तसा बोरकरांच्या काव्यरचनेतला गोडवाही निराळा काढून दाखवता येणार नाही. या आंतरिक संगीताने बोरकरांची कविता मोठी विलोभनीय झाली आहे. 'गडद निळे, गडद निळे, जलद भरुनि आले' हे वर्षाकालाच्या नांदीचे वर्णन त्यांच्या कवितेलाही लागू पडण्यासारखे आहे.

चित्रपटांच्या गाण्यांच्या चालीवर रचलेली आणि तशाच प्रकारच्या थाटांनी नटलेली रचना गेल्या दहा-वीस वर्षांत आपल्याकडे अधिक प्रमाणात होऊ लागली आहे. वाढत्या महागाईने आणि शहरातल्या धावपळीने हैराण झालेला सामान्य माणूस विरंगुळ्याकरता वेळी अवेळी चित्रपट संगीताचा आश्रय करतो. या रचनेलाच काव्य मानू लागतो. त्यामुळे अशा गीतरचनेला अवास्तव महत्त्व देण्याचा प्रघात पडत आहे. पण अस्सल गीतकाव्य (Lyric) कसे असते? ते किती सहजतेने

फुलते आणि त्याचे सौंदर्य आणि माधुर्य किती अवीट असते हे पाहायचे असेल तर तांबे-बोरकरांच्या कवितेकडे वळले पाहिजे.

बोरकर जेवढे सौंदर्याचे भोक्ते तेवढेच जीवनाचे भक्त आहेत; ते जेवढे तरल प्रतिभेचे कवी आहेत तेवढेच चिरंतन मानवीमूल्यांचे चिंतक आहेत. यामुळेच 'इतुक्या लवकर येइ न मरणा' अशी मृत्यूला प्रार्थना करून ते म्हणतात -

निसर्ग गो - वत्साशी रमावें,
दिवसभरी श्रम करीत रहावे
तिखट कढीने जेवुनी घ्यावे
मासळीचा सेवित स्वाद दुणा

मात्र मासळीचा मनसोक्त स्वाद घेणारा हा कवी अन्य संदर्भात तेवढ्याच तन्मयतेने गाऊ लागतो -

ज्वालेविण जे जळती
त्यांचे सर्वस्व खुजे
सौख्य खुजे, दुःख खुजे
धूरचि मागे नि पुढे.

ही अंतरीची ज्वाळा बोरकरांच्या जीवनात सतत उफाळत राहिली आहे. तिने त्यांच्या प्रतिभेला उजाळा दिला आहे. त्यामुळेच त्यांची प्रतिभा कधी कौटुंबिक प्रेमाचे स्वरूप धारण करते; कधी सृष्टी सुंदरीच्या गळ्यात गळा घालून 'तुझ्या गळा, माझ्या गळा। गुंफू मोत्यांच्या माळा' असे गाऊ लागते; कधी जन्मभूमीच्या अनावर ओढीने व्याकूळ होते; कधी ज्ञानाच्या पलीकडे पसरलेल्या अंधकारातल्या अथांग सागरातला दीपस्तंभ तिच्या दृष्टिपथात येतो. या त्यांच्या सर्व विशेषांचे 'महात्मायना' च्या रूपाने प्रकट होणारे अधिक भव्य स्वरूप पाहायला त्यांच्या हजारो चाहत्यांप्रमाणे मीही उत्सुक आहे. बोरकरांना उदंड आयुरारोग्य लाभो आणि त्यांची कविता जिथे जिथे मराठी बोलली जाते, तिथे तिथे माणसांची मने प्रफुल्लित करत राहो, एवढीच या शुभप्रसंगी प्रार्थना.

कळावे हे विनंती.

आपला,
वि.स. खांडेकर

◆

कुसुमाग्रजांची नाट्यप्रतिभा

लेखनाच्या प्रारंभकाळी उदयोन्मुख लेखकाची मन:स्थिती जिथे गर्द अरण्यात जाणाऱ्या अनेक पाऊलवाटा फुटतात अशा ठिकाणी उभ्या असलेल्या बालकासारखी असते. त्या अरण्यातल्या रत्नखचित गुहेविषयी, पलीकडे उंच पर्वतशिखरावर असलेल्या देवालयाविषयी आणि अशाच अनेक अद्‍भुतरम्य गोष्टीविषयी ऐकलेल्या कथांनी त्याचं कुतूहल जागृत झालेलं असतं. पण आपल्याला नक्की कुठं जायचंय? आणि कुठल्या वाटेनं पुढे गेलं, तर आपण इष्टस्थळी हमखास पोचू याविषयी तो अजाण जीव काही तर्क करू शकत नाही. एका वाटेनं थोडंफार पुढे जावं आणि मग ही आपली वाट नव्हे असं वाटून दुसऱ्या वाटेचा आश्रय करावा, याखेरीज त्याला अन्य मार्ग उरत नाही. केवळ सामान्य लेखकांच्या बाबतीतच नव्हे तर अनेक बुद्धिवान किंवा प्रतिभावंत लेखकांच्या बाबतीतसुद्धा असंच घडतं. लिहू लागल्यावर, निदान पहिली पाच-दहा वर्षं तरी त्यांचा आत्मशोध सुरू असतो. मग त्यांना आपले आत्मीय गुण कोणते? आणि आपण कोणत्या क्षेत्रात अधिक सुंदर निर्मिती करू शकू याची जाणीव त्यांना होते.

कुसुमाग्रजांच्या बाबतीत असंच घडलं आहे. कवी म्हणून ते उदयाला आले व उदयानंतर अल्प काळातच काव्यक्षितिजावरला एक देदीप्यमान तारा म्हणून झळकू लागले. पण त्यांचं काव्य किंचित अंतर्मुख होऊन वाचणाऱ्या रसिकाला त्यांच्या ठिकाणी वसत असलेल्या सुप्त नाट्यगुणांची जाणीव करून देत होते. 'विशाखा' या त्यांच्या पहिल्याच काव्य संग्रहातल्या 'अहिनकुल' आणि 'कोलंबसाचं गर्वगीत' यांसारख्या कविता माझ्या या विधानाची थोडी ना थोडी तरी साक्ष पटवतील. पण नाटककार म्हणून रंगभूमीवर प्रवेश करण्यापूर्वी लघुकथा, कादंबरी, लघुनिबंध, ललित लेख, रूपककथा इ. क्षेत्रांतही त्यांनी संचार केला. काहीही लिहिलं तरी ते वाचनीय व्हावं, असा हातगुण फार थोड्या लेखकांना लाभलेला असतो. त्यात कुसुमाग्रजांची गणना करता येईल. त्यामुळे त्यांचं हे सर्व लिखाण गोडीनं वाचलं

गेलं. रूपककथेचं काव्याशी अत्यंत जवळचं नातं असल्यामुळे त्या लेखनप्रकारात त्यांनी चांगलं यशही मिळवलं. तथापि त्यांचा आत्मशोध सफल झाला तो नाट्यलेखनात! नाटकाविषयीच्या आपल्या आवडीचं वर्णन त्यांनी आपल्या एका ललित लेखात केलं आहे. पूर्वसुरीपैकी खाडिलकर व गडकरी या दोघांचे त्यांच्या उमलत्या मनावर संस्कार झाले होते. हे जसं त्यांच्या नाटकांवरून लक्षात येतं, तसंच या दोन नाटककारांना त्यांनी अर्पण केलेल्या एका नाट्यकृतीवरूनही स्पष्ट होतं. पण या संस्कारांच्या सावटाखाली त्यांची प्रतिभा कोणत्याही दृष्टीनी खुरटली नाही. त्यांची पहिली तीन-चार नाटकं वाचली तरी कुसुमाग्रजातला कवीच नाट्यकृतीच्या द्वारे आत्माविष्कार करत आहे हे लक्षात यायला वेळ लागत नाही.

गडकऱ्यांचा अपवाद सोडला तर नामांकित आधुनिक कवीपैकी आत्माविष्काराकरिता नाट्यलेखनाकडे कुणीही वळल्याचं दिसत नाही. नारायण वामन टिळकांनी 'शीलं परम्भूषणम्' सारखी बोधप्रद नाटिका लिहिली. केशवसुतांनी 'महाश्वेता' या नावाचं नाटक लिहायला घेतलं होतं, असं मी फार पूर्वी वाचल्याचं स्मरतं. विनायकांचं एक नाटक रंगभूमीवर आलं होतं. 'देशभक्ता प्रासाद बंदिशाला । शृंखलांच्या गुंफिल्या पुष्पमाला । चिता सिंहासन शूल राजदंड मृत्युदैवत दे अमरता उदंड ।' ही सुंदर रसरशीत दिंडी त्या नाटकातच होती, असं मी ऐकलं आहे. तांब्यांनी 'उत्तरराम चरिता'चा अनुवाद केला होता असे म्हणतात. यशवंतांची नाट्यभक्ती त्यांच्या अनेक लेखांवरून दिसून येते. पण अव्वल दर्जाचे काव्यगुण अंगी असूनही रंगभूमीनं ज्यांना आकृष्ट केलं, तिथं जे रमले आणि ज्यांनी आपल्या कृतीनी मराठी रंगभूमीच्या विकासाला मोलाचं साहाय्य केलं त्यात गोविंदाग्रज आणि कुसुमाग्रज ही दोनच नावे घेता येतील.

मात्र या दोघांत एक फार मोठा भेद आहे. गडकऱ्यांची नाट्यप्रतिभा केवळ त्यांच्या काव्यप्रतिभेच्या आधारे विकसित झाली असं म्हणता येणार नाही. कुसुमाग्रजांच्या बाबतीत मात्र तसं नाही. त्यांच्या काव्यप्रतिभेनं त्यांच्या नाटकांचं सामर्थ्य जसं वाढवलं तशाच त्यांना काही मर्यादाही घातल्या. 'नटसम्राटा'सारख्या परिणत अवस्थेत लिहिलेल्या लोकप्रिय आणि सामर्थ्यशाली नाटकातसुद्धा या दोन्ही गोष्टी आपल्याला जाणवत राहतात.

हे विधान स्पष्ट करण्याकरिता थोडा विस्तार केला पाहिजे. कवी या नात्यानं कुसुमाग्रजांची जी अनेक वैशिष्ट्ये आहेत, त्यांत भव्यता, उदात्तता आणि पराक्रमशीलता यांची मानसपूजा हा एक प्रमुख विशेष आहे. याचा अर्थ त्यांना रम्यतेचं आकर्षण नाही असा नाही. जातिवंत कविमनाला ते असतंच असतं. पण 'जे रम्य ते बघुनिया मज वेड लागे । गाणे मनात मग होय सवेचि जागे ।' या केशवसुतांच्या ओळी त्यांच्या बाबतीत काय किंवा कुसुमाग्रजांच्या बाबतीत काय अंशतःच सार्थ आहेत,

रम्यतेइतकंच भव्यतेचं किंवा उदात्ततेचं आकर्षण या दोघाही कविश्रेष्ठांना आहे. कुसुमाग्रजांना केशवसुतांहूनही ते थोडं अधिकच आहे. 'पृथ्वीचे प्रेमगीत', 'कोलंबसाचं गर्वगीत' इ. कवितात ते जसं प्रत्ययाला येतं, तसंच ते त्यांच्या नाट्यविषयांच्या निवडीतही प्रतीत होतं. 'दुसरा पेशवा' हे बाजीराव आणि मस्तानी यांच्या अभूतपूर्व प्रेमाचं चित्रण करणारं नाटक, पण ते केवळ करुणरम्य नाही. त्यातल्या कारुण्याला आणि रम्यतेला भव्यतेची, डोळ्यात भरेल अशी किनार आहे. 'वैजयंती' हे एका पाश्चात्त्य नाट्यकृतीचं रूपांतर-या परदेशी नाट्यकृतीविषयी कुसुमाग्रजांना जी ओढ वाटू लागली असेल तिचा उगम त्या नाटकाला आधारभूत असलेल्या एका उग्र आणि लोकविलक्षण मानसिक संघर्षात आहे. नगराला वेढा पडला आहे, हजारो नागरिकांचे अन्नपाण्यावाचून हाल होण्याची वेळ आली आहे, शत्रूसैन्यातील प्रमुखांची अट आहे की, राणीने त्याला एकांतात येऊन भेटलं पाहिजे. एकरात्र त्याच्याबरोबर राहिलं पाहिजे. पातिव्रत्याची परंपरागत कल्पना आणि हजारो नागरिकांचे हालहाल होऊन मृत्युमुखी पडण्याची शक्यता. यांपैकी कोणत्या गोष्टीकडे कानाडोळा करायचा, कोणता मार्ग स्वीकारायचा, ही विचित्र समस्या राणीपुढे उभी आहे - केवळ नाट्याच्याच नव्हे तर वैचारिक दृष्टीनंही! भारतीय समाजाच्या नीतिकल्पना लक्षात घेता ही समस्या अधिकच धारदार वाटण्याजोगी आहे.

नाट्यविषय निवडताना प्रकट होणारा कुसुमाग्रजांच्या प्रतिमेचा हा कल त्यांनी केलेल्या ॲन्युई बेकेटच्या अनुवादात जसा आढळतो तसाच 'कौंतेय' (कर्ण), 'ययाति आणि देवयानी', 'राजमुगुट' (मॅक्बेथ) 'ऑथेल्लो', 'वीज म्हणाली धरतीला' (झाशीची राणी) इ. कृतीतही स्पष्ट होतो. किंबहुना नटसम्राटाचा काळ आणि कथा या दोन्ही गोष्टी 'किंगलियर'हून अत्यंत भिन्न असल्या आणि राजा लियर व नटश्रेष्ठ गणपतराव बेलवलकर यांच्या स्वभावचित्रणात बरीच भिन्नता असली तरी या नाटकांची बांधणी कुसुमाग्रजांच्या अंतर्मनात होत असताना किंग लियरची स्वतःच्या मनावर असलेली छाप त्यांना सर्वस्वी पुसून टाकता आलेली नाही.

भव्यतेकडे चटकन आकृष्ट होणाऱ्या त्यांच्या कविमनाच्या ओढीचा परिणाम नाट्यविषयाच्या निवडीला एक प्रकारची मर्यादा घालण्यात झाला आहे. ऐतिहासिक, पौराणिक आणि कल्पनारम्य अशा नाट्यविषयात त्यांची प्रतिमा दीर्घकाळ रमत राहिली ती यामुळे! तथापि सामाजिक विषयाकडे त्यांचा किती ओढा आहे, हे मराठी रसिकांना, किंबहुना 'विशाखा' हा एकच काव्यसंग्रह वाचणाऱ्या सामान्य वाचकांनासुद्धा सांगण्याची जरुरी नाही. त्यांना कलेचं स्वातंत्र्य पूर्णपणे अभिप्रेत आहे. मात्र तीव्र सामाजिक जाणीव कलाकृतीला वैगुण्य आणते, असं त्यांनी कधीच मानलं नाही. त्यांच्या सामाजिक कवितांना केवळ प्रचारी काव्याचं किंवा क्षणभंगुर पद्यरचनेचं स्वरूप कधीच आलेलं नाही. 'गर्जा जयजयकार । क्रांतीचा गर्जा जयजयकार' ही

कविता जतिंद्रदासांच्या आत्मयज्ञानं स्फुरलेली असली तरी तिची लोकप्रियता केवळ तात्कालिक नव्हती. कारण ती निर्जीवपणे त्या घटनेशी बांधली गेलेली नव्हती. जलसंचयातून जशी वीज निर्माण होते, तशी कविमनाला जाणवणाऱ्या उत्कट सामाजिक अनुभूतीतून सुंदर कविता निर्माण होऊ शकते, हे केशवसुतांप्रमाणेच कुसुमाग्रजांची कविताही सिद्ध करते. 'रात्रीच्या गर्भात उद्याचा असे उषःकाल' ही धगधगती श्रद्धा ज्या हृदयात वसत असते, तेच क्रांतीचा जयजयकार कलात्मकतेनं करू शकतात. या श्रद्धेमागील उत्कटताच अशा काव्याला वेगळ्या पातळीवर नेते.

कुसुमाग्रज सामाजिक जीवनाचे केवळ सहप्रवासी नसून सहसंवेदन असणारे कलावंत राहिले आहेत, हे त्यांच्या लेखनावरून, भाषणावरून आणि अगदी परवा परवा नाशिक जिल्ह्यातल्या दुष्काळी भागाचा दौरा ज्या पोट तिडकीने त्यांनी केला आणि त्याचं जे हृदयस्पर्शी चित्र रेखाटलं त्यावरून सहज लक्षात येण्याजोगं आहे. साहजिकच माझ्यासारख्या त्यांच्या नाटकांच्या चाहत्यांपुढे एक प्रश्न उभा राहतो - विशीपासून साठीपर्यंत समाजाच्या सुखदुःखांशी सतत समरस होत असलेला हा प्रतिभावंत गेली दोन अडीच तपं रंगभूमीवर वावरत असूनही त्यांच्या नाट्यकृती मुख्यतः पौराणिक, ऐतिहासिक आणि कल्पनारम्य का असाव्यात? 'आमचं नाव बाबुराव' सारखं हास्यप्रधान नाटक किंवा 'दूरचे दिवे' सारखं ऑस्कर वाइल्डच्या नाटकावरून रूपांतरित केलेलं नाटक, यांना सामाजिक हे विशेषण लावता येणार नाही असं नाही, पण ते केवळ स्थूलदृष्टीनं. 'नटसम्राट' हे बाह्यतः पूर्णपणे सामाजिक वाटत असले तरी ती अगदी विरळ अशा एका मनस्वी कलाकाराच्या जीवनाची शोककथा आहे. तिचा मध्यवर्ती संघर्ष आहे प्रतिभावंतांचं स्वप्नदर्शी अंतर्मुख जग आणि सामान्यांचं व्यवहारी बहिर्मुख जग यांच्यामध्ये. पण ही तिन्ही नाटकं उत्कट सामाजिक जाणिवेतून प्रस्फुरित झालेली आहेत असं म्हणता येणार नाही. कलाकृती या नात्यानं ती डावी-उजवी असू शकतील. पण वाचताना एक गोष्ट निश्चित जाणवते, काव्यात समकालीन समाजाची सुखदुःखं कुसुमाग्रजांनी अत्यंत परिणामकारक रीतीनं चित्रित केली आहेत मात्र आपल्या समाजात गेल्या दोन तपात जे बरे-वाईट परिवर्तन मोठ्या प्रमाणात घडत आलं आहे त्याचं प्रतिबिंब त्यांच्या नाट्यसृष्टीत अद्यापि आढळून येत नाही. त्यांच्या कल्पकतेची झेप गरुडासारखी आहे. पण गरुडाला जसं स्वर्गात लपलेलं अमृत शोधावं लागतं तसाच पृथ्वीवर वावरणाऱ्या विषारी सर्पांचाही समाचार घ्यावा लागतो. 'शारदा' किंवा 'एकच प्याला' यासारखं समकालीन समाजाच्या जिव्हाळ्याच्या विषयावर प्रभावी नाटक लिहिण्याचं सामर्थ्य त्यांच्या ठिकाणी असूनही अजून ते घडलेलं नाही.

याचं कारण माझ्या मते एकच आहे. त्यांच्या काव्यप्रतिभेचा त्यांच्या नाट्यप्रतिभेवर अजूनही बराच पगडा आहे. गडकऱ्यांच्या नाट्यप्रतिभेइतकी काव्यात्मवृत्तीच्या रेशमी

बंधनातून ती अजून मुक्त झालेली नाही. मात्र त्यांच्या या काव्यप्रतिभेनंच स्वातंत्र्योत्तर काळातल्या मराठी रंगभूमीला अभिजात स्वरूपाच्या नाटकांनी अलंकृत केलं हे कोण नाकबूल करील. श्रीपाद कृष्णांपासून स्फूर्ती घेऊन फुललेला गडकऱ्यांचा कल्पनाविलास अधिक संयत आणि प्रसन्न स्वरूपात कुसुमाग्रजांनी रंगभूमीवर उभा केला. या दृष्टीनं कोल्हटकर, गडकरी व शिरवाडकर यांच्या नाट्यसंवादाची कुणी तुलना केली तरी ती मोठी मनोरंजक व बोधप्रद होईल. अलीकडली बहुतेक नाटकं पाहायची असतात, वाचायची नसतात असा साहित्यप्रेमी वाचकांचा अनुभव आहे. पण कुसुमाग्रजांची नाटकं केवळ वाचनानंही आनंद देऊ शकतात. 'ययाति आणि देवयानी' नाटकातले त्यांचे संवाद वाचताना सुगंधी फुलांनी भरलेल्या बागेत आपण फिरत आहोत असा भास न होणारा वाचक विरळा! भव्य आणि उदात्त विषयांच्या जोडीनं त्यांनी प्रसन्न व कल्पकतापूर्ण संवादाची देणगी मराठी रंगभूमीला दिली आहे.

नाट्यलेखनात ते शुद्ध सामाजिक विषयाकडे सहसा वळत नाहीत याचं आणखी एक कारण त्यांच्या इतर साहित्यगुणांच्या मानानं नाटकाची एकसंध जडणघडण करण्याचं त्यांचं सामर्थ्य कमी पडतं हे असू शकेल. अव्वल दर्जाच्या नाटककारात रससिद्ध कवीच्या जोडीनं एक समर्थ असा कथाकारही सतत जागा असावा लागतो. या कथाकाराला जसं प्रतिभेचं देणं हवं, तसंच कारागिरीचं लेणंही हवं. समूहमनापुढे आपली कथा दृश्य स्वरूपात अवतरणार आहे याचं भान नाटककाराला सतत ठेवावं लागतं. (कथाकार आणि कादंबरीकार याबाबतीत अधिक स्वतंत्र असतात. कारण मुख्यत: त्यांचा संवाद व्यक्तिमनाशीच चालतो) नाट्यकथा एका बाजूनं लघुकथेसारखी तर दुसऱ्या बाजूनं कादंबरीसारखी असते. ती सहजतेनं फुलवत नेणं आणि मध्यवर्ती संघर्षाचे टप्पे क्रमाक्रमानं अधिक उत्कट करत जाणं या गोष्टी नाटकाच्या परिणामकारक बांधणीला अतिशय आवश्यक असतात. जुन्या मराठी रंगभूमीवर देवल आणि खाडिलकर या दोघांनाच ही किमया साधली होती. कुसुमाग्रजांना ती असाध्य आहे असं मला वाटत नाही. नटसम्राटचा पहिला अंक हा त्यांच्या नाट्यसृष्टीच्या विकासावर चांगला प्रकाश टाकतो. या अंकातल्या एका भागात - कलेच्या धुंदीत वावरणारे वृद्ध आप्पासाहेब आणि त्यांची निरागस, खेळकर नात सुहास यांच्यातल्या सुखसंवादात नाट्य व काव्य हे दोन्ही प्रवाह अतिशय सुरेखपणे मिसळून गेले आहेत.

कुसुमाग्रज आता परिणप्तप्रज्ञ झाले आहेत. जीवनातल्या कडू-गोड, खारट-तुरट, मोहक-दाहक अशा नानाविध अनुभूतीतून ते गेले आहेत. आपल्या देशातल्या कोट्यवधी दलित पीडित आणि वंचित बांधवांविषयी त्यांच्या मनात अपार ममत्व वसत आहे. आपल्या देशाचा केवळ कायापालट होऊन चालणार नाही तर त्याच्या आत्म्यातही आमूलाग्र बदल घडून आला पाहिजे, असं त्यांना सदैव वाटत आलं

आहे. काव्याइतकं विनोदाचं वरदान त्यांना लाभलं नसलं तरी उपरोध, उपहास, विडंबन इ. मर्मभेदी बाण त्यांच्या भात्यात नाहीत असं नाही. सामाजिक समस्यांचं ते अंतर्मुख होऊन सदैव चिंतन करीत आले आहेत आणि तेही शुद्ध मानवतापूर्ण दृष्टिकोनातून. त्यांच्या या सर्व सामर्थ्यांच्या संगमातून उभ्या महाराष्ट्राला हलवू शकेल, आजच्या सामान्य माणसाच्या मरगळलेल्या मनाला संजीवनी देऊ शकेल, असं अस्सल सामाजिक नाटक निर्माण करण्याइतकी त्यांची नाट्यतपस्या झाली आहे.

आजच्या मराठी रंगभूमीनं नेपथ्य, रंगमंच, प्रकाश योजना इ. प्रसाधनात खूप प्रगती केली असली तरी कलात्मकता आणि जीवनदर्शन या दृष्टीनं तिची चाल मंदच राहिली आहे. पुरोगामी प्रयोगशीलतेचा पुरस्कार करता करता कामगंड, भयगंड, हिंसागंड इ. गंडांतरांनीही ती ग्रस्त होईल की काय? अशी शंका रसिकांच्या मनात बळावू लागली आहे. रंगभूमीवर लोकप्रिय होणाऱ्या नाटकांच्यामागे एकीकडे वर्तमानकाळाशी नातं न उरलेल्या उद्ध्वस्त मूल्यांची उथळ पूजा तर दुसरीकडे वेगानं बदलणाऱ्या सामाजिक जीवनातील मूल्य विध्वंसाचे भडक चित्रण अशा कात्रीत आजची रंगभूमी सापडली आहे. संवेदनशीलतेपेक्षा सनसनाटीपणावर आणि संयत स्वभाव चित्रणापेक्षा धक्का देणाऱ्या घटनांवर अनेक तथाकथित कलात्मक नाटके प्रेक्षकांना आकृष्ट करत आहेत असं दिसतं. अशा स्थितीत अभिजात नाटकांच्या परंपरेचा ध्वज कुसुमाग्रजांनी रंगभूमीवर डौलानं फडकत ठेवला आहे. या ध्वजानं नवे नवे सामाजिक विषय पादाक्रांत करावेत आणि भौतिक व नैतिक अशा दुहेरी अराजकात सापडलेल्या आजच्या समाजाला कलात्मकतेच्या आनंदाबरोबरच धीर आणि दिलासा द्यावा, अशी अपेक्षा बाळगणं वावगं होईल काय?

◆

हिमशील अग्निज्वाला

माणसाप्रमाणे देशांच्या कुंडल्या मांडल्या जातात आणि त्यांची भविष्ये वर्तविली जातात. ती कितपत खरीखोटी ठरतात, हे मी कधी पडताळून पाहिलेले नाही. मात्र याच पद्धतीने गावांच्या कुंडल्या मांडल्या जात असतील तर गोमंतकातल्या मडगावच्या पत्रिकेत विद्या, कला वगैरेशी संबंध असलेले ग्रह उंचीचे असावेत असा तर्क करायला काहीच हरकत नाही. त्यामुळेच १९३० साली मडगावला भरलेल्या मराठी साहित्य-संमेलनाला वामन मल्हार जोश्यांसारखा आणि यंदा तिथे भरणाऱ्या संमेलनाला कुसुमाग्रजांसारखा अव्वल दर्जाचा अजातशत्रू साहित्यिक अध्यक्ष म्हणून लाभला असावा.

अजातशत्रू या विशेषणाला लौकिक व्यवहारापेक्षाही साहित्यक्षेत्रात फार महत्त्व आहे. कधीकाळी जगातले सर्व संघर्ष थांबले तरी साहित्यातील रणधुमाळी - मग ती नव्या-जुन्यांची असो, श्लील-अश्लीलांची असो अथवा अन्य कुठलीही असो - यावच्चंद्रदिवाकरौ सुरू राहील याविषयी मला संदेह नाही. दोन घड्याळांप्रमाणे दोन साहित्यिकांचेही कधी एकमत होत नसल्यामुळे या क्षेत्रात जी असंख्य थंडी युद्धे सतत धुमसत असतात, त्यांची शिरगणती करणे हेसुद्धा कठीण कर्म आहे. हे सर्व लक्षात घेतले म्हणजे गेली ३० वर्षे साहित्याच्या धुमश्चक्रीत वावरूनही कुसुमाग्रजांनी आपल्या ध्वजाला धुळीचा स्पर्श होणार नाही, अशा रीतीने तो कसा फडकत ठेवला याचे अनेकांना कोडे पडेल.

मात्र या कोड्याचे उत्तर तसे फारसे अवघड नाही. कुसुमाग्रजांच्या काव्यात 'अहिनकुला' पासून 'जमीन-आगगाडी' पर्यंत आणि 'बळी'तल्या दुर्दैवी जीवापासून 'गर्जा जयजयकार' मधल्या मृत्यूला खेळणे मानणाऱ्या देशभक्तापर्यंत नाना प्रकारचे संघर्ष मोठ्या रसरशीत रीतीने प्रतिबिंबित झालेले आढळतील. पण साहित्यिक या नात्याने त्यांचे जीवन शांत, संथ आणि गंभीर आहे. राजमार्गावरल्या गर्दीतही 'एकला चालो रे' या वृत्तीने त्यांच्यातला साहित्यिक गेली अडीच तपे आपली

वाटचाल करत आला आहे. याचे कारण कुसुमाग्रजांच्या वैशिष्ट्यपूर्ण आंतरिक व्यक्तित्वात आहे. जलाशयातल्या कमलपत्राप्रमाणे ते व्यक्तित्व आहे.

याचा अर्थ कुसुमाग्रज हे हस्तिदंती मनोऱ्यात राहणारे तथाकथित कलावादी आहेत असा मात्र नाही; उलट वैयक्तिक आणि सामाजिक जीवनातल्या संघर्षांना हिरिरीने सामोरे जाणारे आहेत. अशा संघर्षात घाम, अश्रू व रक्त यांचा जो चिखल होतो त्याला नाक न मुरडता, त्यातूनच आपली काव्यकमळे फुलविणारे कवी आहेत ते!

असे असूनही ते 'स्वान्तः सुखाय' लिहिणारे खरेखुरे कलावंत राहिले आहेत. 'विशाखे' ने त्यांना कीर्तिशिखरावर नेऊन बसवले. पण त्या उंच शिखरावर उभे राहूनही पायथ्याशी असलेल्या ज्या मातीवर त्यांचे पहिल्यापासून प्रेम आहे तिच्यावरली त्यांची आर्द्र आणि आर्त दृष्टी कधीही क्षणभर ढळली नाही. दुसरे अधिक उंच शिखर शोधण्याकरिता ती वरच्या अनंत अवकाशाकडे कधीही वळली नाही. त्या शिखरावरच ते गात राहिले. पूर्वीच्या मुक्तपणाने मातीची गाणी आळवत राहिले आपल्याच आनंदात मग्न होऊन!

कीर्तिपेक्षाही पैशाचा मोह हा गनिमी काव्याने जातिवंत कलावंताचा घात घेणारा शत्रू आहे. कलावंताने स्वच्छंदपणे सुंदर निर्मिती करावी आणि त्या कलाकृतीचे लाखो लोकांकडून कौतुक होऊन त्याच्या पायाशी लक्ष्मीने लोळण घ्यावी ही इष्ट अशीच गोष्ट आहे. पण असे होणे निराळे आणि कलाकाराने प्रेरणेची मान मुरगाळून दुधात पाणी मिसळून पैसा मिळवू इच्छिणाऱ्या गवळ्याप्रमाणे निःसत्त्व रचनेचे रतीब घालत सुटणे निराळे. कुसुमाग्रजांनी आपल्या कलेला हे बाजारी स्वरूप कधीही येऊ दिले नाही. त्यांच्या काही कविता सामान्य उतरल्या असतील. नाटके, कादंबऱ्यात अपेक्षित उंची ते गाठू शकले नसतील, पण त्यांनी जे जे लिहिले ते ते आपल्या अंतरंगातल्या ऊर्मींच्या तालावर-कलावंताच्या स्वातंत्र्याचा बंदा रुपया कधीही न मोडता.

मरगळलेल्या मराठी रंगभूमीला नाट्यमहोत्सवांच्या मार्गाने संजीवन देण्याकरिता जिवाचे रान करणाऱ्या डॉ. भालेरावांमुळे कुसुमाग्रज नाट्यक्षेत्रात आले. पण त्यांनी जी नाटके लिहिली ती आपल्या विशिष्ट प्रकृतीशी जुळतील अशी, आपली प्रतिभा ज्यांच्या चिंतनाने धुंद होईल असे विषय निवडून. इतरांच्या अथवा स्वतःच्या व्यावहारिक सोयी किंवा गरजा लक्षात घेऊन नव्हे - वेळापत्रकाप्रमाणे माल तयार करायचा म्हणूनही नव्हे. कुसुमाग्रज यांच्यातला कवी हे मोठे सुंदर आणि रंगीबेरंगी पंख असलेले फुलपाखरू आहे. पण ते स्वच्छंदी आहे. खिडकीत ठेवलेल्या कुंडीतल्या फुलाशी ते खेळत आहे म्हणून त्याला धरायला जावे तर ते भुर्रकन उडून जाईल - मग बाहेरच्या बागेतही त्याचा पत्ता लागणार नाही.

या सर्व गोष्टीमुळेच कुसुमाग्रजांच्या आंतरिक, लौकिक आणि वाङ्मयीन अशा तिन्ही प्रकारच्या व्यक्तित्वात विलक्षण सुसंगती आहे. या एकसंध व्यक्तित्वामुळे त्यांच्या काव्याचा कण कणखर झाला आहे. सौंदर्य, सामर्थ्य आणि साधुत्व या साहित्याच्या तिन्ही प्रेरक शक्तींचे ते स्वभावत:च पूजक बनले आहेत.

कुठल्याही लौकिक गोष्टीचा त्यांना सोस नाही. ते कोणत्याही साहित्यिक कंपूचे सभासद नाहीत, कोणत्याही राजकीय पंथाचे पाईक नाहीत. माणसाची आणि माणुसकीच्या मूल्यांची ज्याने ज्याने प्रतिष्ठा वाढेल असा त्यांना विश्वास वाटतो, त्याचे त्याचे ते कैवारी आहेत. माणूस आणि माणुसकीची मूल्ये यांना पायदळी तुडविणारे जे जे जगात दिसेल त्याचे त्याचे ते वैरी आहेत.

प्रीतीपासून परमेश्वरापर्यंत आणि साडेतीन हाताच्या सापळ्याच्या पोटात आगीचा डोंब उठवणाऱ्या दारिद्र्यापासून हे सुंदर जग उद्ध्वस्त करून सोडणाऱ्या महायुद्धापर्यंत सर्व अनुभवांनी त्यांची तरल प्रतिभा प्रक्षुब्ध झाली आहे. पण या विराट प्रश्नांच्या परंपरागत उत्तरांच्या जाळ्यात ते कधीही अडकून पडले नाहीत. यामुळे जीवनाला आधारभूत असलेल्या श्रद्धा उराशी बाळगूनही ते बंडखोरीचे निशाण मोठ्या तडफेने फडकवू शकतात. काव्यप्रांतातले केशवसुतांनंतरचे बडे बंडवाले कुसुमाग्रजच होत! मात्र मला नेहमी नवल वाटते ते एका गोष्टीचे. असे अलिप्त, स्वच्छंदी, बंडखोर व्यक्तित्व असलेला हा कवी खासगी जीवनात किती संकोची व किती विनम्र आहे. 'किनारा' या त्यांच्या काव्यसंग्रहाच्या प्रस्तावनेत मी चार ओळीत त्यांची गडकऱ्यांशी तुलना केली होती. पण त्या चार ओळींचे कुसुमाग्रजांना मोठे ओझे वाटू लागले. त्यांनी त्या काढून टाकण्याविषयी मला गळ घातली आणि मुद्रणयंत्रावर चढलेला फर्मा उतरवून टाकणे प्रकाशकांना भाग पडले.

अशा व्यक्तित्वातून उगम पावलेले कवित्वही तसेच आगळे होणे अपरिहार्य होते. 'विशाखा' या काव्यसंग्रहाचे पहिले नाव 'समिधा' होते. 'विशाखा'तील अनेक रसोत्कट कविता वाचल्यानंतर मला ते नाव कसेसेच वाटू लागले. मदनाच्या पुतळ्यावर अग्निहोत्री बुवांची कानटोपी चढवावी तसे. कुसुमाग्रजांनी ते नंतर बदलले. पण त्यांच्या कवित्वाची बैठक पूर्णपणे कळायला 'समिधाच सख्या या' ही 'विशाखे'तील शेवटची कविता अवश्य वाचायला हवी. या कवितेत प्रारंभीच ते म्हणतात -

दूरस्थ कुणी दे तुझ्या करी ही कविता
वाहते जिच्यातुनि त्याची जीवनसरिता
खळखळे, अडखळे, सुके, कधी फेसाळे
परि अखंड शोधे वाट समुद्राकरिता

विशाल सागराच्या वाटेचा शोध हा कुसुमाग्रजांच्या प्रतिभेचा विशेष आहे. तिची धाव जे भव्य, दिव्य, उत्कट किंवा उदात्त आहे त्याच्याकडे आहे. 'पृथ्वीचे प्रेमगीत' ते लिहितात, पण त्यांची पृथ्वी ही पर्जन्याच्या प्रणयधारांनी अंग-प्रत्यंगातून बहरून जाणारी नाजूक प्रणयिनी नाही. ती सूर्याभोवती प्रदक्षिणा घालणारी आणि त्याच्या स्पर्शाने जळून जाऊन सती पार्वतीशी स्पर्धा करणारी प्रेयसी आहे. सूर्याला उद्देशून ती म्हणते -

'परि भव्य ते तेज पाहून पुजून
घेऊ गळ्याशी कसे काजवे
नको क्षुद्र शृंगार तो दुर्बळांचा
तुझी दूरता त्याहुनी साहवे'

या कविमनाला भव्यतेचे जे आकर्षण आहे त्याच्याशी सुसंगत अशी कल्पकताही त्याला लाभली आहे. या कल्पकतेची जात गरुडाची आहे, कोकिळेची नाही. केशवसुत, बी आणि सावरकर यांच्या प्रतिभेशी तिचे जवळचे नाते आहे. नाजूकसाजूक चमत्कृतीवर लुब्ध होऊन ती त्यांच्याभोवती पिंगा घालत बसत नाही. म्हणूनच 'कोलंबसाचे गर्वगीत', 'स्वप्नाची समाप्ती', 'अहिनकुल', 'गोदाकाठचा संधिकाल', 'गर्जा जयजयकार', 'स्मृति' या अनुभूतीच्या दृष्टीने अगदी भिन्न अशा कविता घेतल्या तरी त्या सर्वांवर एक निराळेच तेज चढलेले आढळते.

या भव्य कल्पकतेला तेवढ्याच नाजूक संवेदनशीलतेची जोड मिळाली आहे. मात्र हा भावनाविलास हळवा नाही. स्वतःच्या क्षुद्र सुखदुःखांचे कोडकौतुक करून पावलोपावली त्यांचे काव्य बनवण्याची त्याला हौस नाही. मात्र आकाशवाणीवरून ध्वनिक्षेपित होणाऱ्या मधुर स्वरलहरींनी मोहून जाण्याइतके हे कविमन नाजूक आहे. गोदाकाठावर संध्याकाळच्या सावल्या दाटू लागल्या. आभाळ निळेकाळे झाले म्हणजे या कातर वेळी कविमन गुणगुणते -

वाडा पडका नदीतटावर
भग्न आपुल्या प्रतिबिंबावर
गंगेमधल्या, खिन्नपणाने लावितसे दृष्टी
देऊळ ते अन् भग्न हटाने
ध्येयनिष्ठ जणु जनाप्रमाणे
पडले तरिही जपुनि ठेवि हृदयातील मूर्ती

कुसुमाग्रजांच्या या सर्व काव्यगुणांना चिंतनशीलतेचीही जोड मिळाली आहे. त्यांच्या चार काव्यसंग्रहातून प्रकट झालेला कविमनातला आस्तिक आणि नास्तिक यांचा संघर्ष किंवा अर्थशून्य वाटणाऱ्या जीवनाचा अन्वयार्थ लावण्याची त्यांची धडपड, याचा आलेख एखाद्या रसिक अभ्यासकाने काढला तर भौतिकाकडे मोहरा वळवलेल्या आपल्या समाजाच्या मनातली कितीतरी अंतर्द्वंद्वे त्यात प्रतिबिंबित झालेली दिसतील.

'समिधा' सारख्या रूपककथा व गद्यकाव्ये यांचा संग्रह असो; 'दुसरा पेशवा' व 'कौंतेय' ही नाटके असोत किंवा 'जान्हवी' कादंबरी असो, या सर्वांत जे सौंदर्यदर्शन होते त्याच्या मुळाशी कुसुमाग्रजांमधला भव्यतेचा, रम्यतेचा आणि मानवतेचा उपासक असलेला कवीच आहे असे आढळून येईल. हा कवी काही वेळा शाहीर होतो, क्वचित कारागीर बनतो पण त्याच्यातली शाहिरी व कारागिरी जातिवंत कवीवर कधीच मात करू शकत नाही. मग ती निर्मिती 'हिमालयाच्या शुभ्र शिरावर रक्त आईचे ओघळले' अशी तात्कालिकातून प्रेरणा घेवो किंवा कर्ण-कुंतीच्या संघर्षासारखी चिरंतनातून आपली स्फूर्ती शोधो.

साहित्यात सौंदर्य, सामर्थ्य आणि साधुत्व यांची पूजा एकाच वेळी करणे प्रतिभावंतांनासुद्धा जमतेच असे नाही. या तिन्ही घटकांचे योग्य प्रमाणात मिश्रण होऊन त्यातून नवे सुंदर रसायन निर्माण होणे ही एक किमया आहे. ती करू म्हटल्याने करता येत नाही. प्रकृती, प्रवृत्ती आणि प्रतिभा यांच्या अनुरोधानेच प्रत्येक कलावंताचा आविष्कार होत असतो. कुसुमाग्रजांना या तिन्ही तुल्यबळ महत्त्वाच्या घटकांची जाणीव आहे. त्यामुळे त्यांच्या साहित्यात - विशेषत: कवितेत - सर्व स्तरातल्या वाचकांना आकर्षून घेण्याइतके सामर्थ्य निर्माण झाले आहे. मात्र ज्यांचा सामाजिक अनुभूतीशी कोणताही संबंध नाही अशा अनेक सुरेख कविता कुसुमाग्रजांनी लिहिल्या असल्या, तरी लेखनाच्या प्रारंभकाळापासून त्यांच्या कविहृदयाची जी एक जखम सतत वाहात राहिली आहे तिचा इथे उल्लेख करणे आवश्यक आहे. ही जखम केली आहे जीवनातल्या जीव घेणाऱ्या विषमतेने! माणसाच्या स्वार्थी, लोभी, हिंस्र स्वभावाने! जगात चाललेल्या संहारक शक्तीच्या आंधळ्या तांडवाने! प्रेताच्या टाळूवरले लोणी खावे त्याप्रमाणे! कोट्यवधी भुकेल्या दीनदलितांनी भरलेल्या समाजातल्या मूठभर माणसांनी त्यांच्या श्रमावर मिळवलेल्या पैशांनी चालवलेल्या अर्थशून्य, नागड्या विलासांनी देव, धर्म, नीती, सत्ता, समाज, माणूस या सर्वांना कविहृदयाची ही जखम एकच प्रश्न विचारत आहे, 'माणसांचे हे अमानुष बलिदान कधी थांबणार? नीरोच्या निर्दयतेला लाजवणाऱ्या या सामाजिक निर्घृणतेचे निर्मूलन कधी होणार?' म्हणूनच 'स्वगत' या अगदी अलीकडल्या काव्यसंग्रहाच्या प्रारंभीच ते म्हणतात, 'माझ्या गीताचे ध्रुवपद एकच आहे-

माणसाच्या माथ्यावर दारिद्र्यासारखा शाप नाही पृथ्वीच्या पाठीवर!

इतके अमंगल, इतके दुःखदायक, इतके भेसूर दुसरे पाप नाही!

जोपर्यंत माझ्याजवळ गीतासाठी शब्द आहेत तोपर्यंत याच ध्रुवपदाचा, याच ध्रुवपदाचा माझ्या गीताला ध्यास आहे.'

या ध्यासाची क्षितिजे विशाल होवोत आणि कुसुमाग्रजांच्या प्रौढ प्रतिभेतून त्या क्षितिजावरले भास साकार होवोत एवढीच त्यांच्या सर्व चाहत्यांची इच्छा आहे.

◆

आजकालचे कवी कान्त

बारा कोसांवर भाषा बदलते असे म्हणतात. हा बदल सूक्ष्म असला तरी ध्यानात आल्यावाचून राहत नाही. तपातपाच्या अंतराने वाङ्मयातही अशीच स्थित्यंतरे होत असतात. साहित्यातले काही जुने तारे मावळतात, काही निस्तेज होऊ लागतात आणि काल लुकलुकणारे नवे तारे आज आपल्या मोहक प्रकाशाने आकाश उजळवत असलेले दिसतात. हा बदल स्थूल मानाने दहा-बारा वर्षांनी स्पष्ट दिसू लागतो असे म्हणता येईल. आधुनिक मराठी कविताही काही याला अपवाद नाही. १९१०-११ पासून तिचे पुढचे तप बालकवी व गोविंदाग्रज यांच्या काव्यसुगंधाने दरवळून गेले होते. त्यानंतर रविकिरण मंडळाचा उदय झाला. गिरीश, यशवंत व माधव ज्युलियन यांच्या अनेक लोकप्रिय कविता १९२३-१९३५ या कालखंडात घरोघरी गुणगुणल्या जाऊ लागल्या. रविकिरण मंडळाच्या लोकप्रियतेचा भर ओसरल्यानंतर १९३५ च्या आसपास जे नवे कवी उदयाला आले त्यांत बोरकर, कुसुमाग्रज व कान्त हे अग्रेसर होत. आज या तिघांच्याही प्रतिभेचे विकसित स्वरूप रसिक पाहत आहेत. मात्र आजच्या तरुण कवीत इतके वैशिष्ट्यपूर्ण स्थान असलेल्या कान्तांचा परिचय मराठी वाचकांना सुव्यवस्थितपणाने झाला आहे असे म्हणता येणार नाही. त्यांची कविता वाचकांना दिसली ती विजेच्या चमकाऱ्यांप्रमाणे! वीज एकदा चमकून गेल्यावर पुन्हा तिचे स्फुरण आणि दर्शन किती वेळाने होईल याचा नेम नसतो. कान्तांची कविता काही काही वेळा अशीच दीर्घ कालावधीने रसिकांच्या समोर आली. कान्त मराठवाड्यातले असल्यामुळे कळत नकळत ते उपेक्षित राहिले असा मात्र याचा अर्थ नाही. त्यांच्या उदयाच्या वेळी नवीन कवितेचे लालनपालन करण्याइतकी रसिकता अंगी असलेले संपादकच दुर्दैवाने दुर्मीळ झाले होते.

बालकवी व गोविंदाग्रज किंवा रविकिरण मंडळाचे प्रमुख कवी यांची कविता नियमितपणाने रसिकांपुढे आल्यामुळे त्यांना साहजिकच लोकांचे प्रेम झटकन संपादन करता आले. 'मासिक मनोरंजन' किंवा 'रत्नाकर' अशा त्या त्या कालखंडातल्या

प्रमुख मासिकांनी उदयोन्मुख कवीच्या प्रतिभेचे प्रदर्शन मोठ्या हौसेने केले. त्यानंतर काव्याला ओहोटी लागल्याची हाकाटी एकदम सुरू झाली. शाळेतल्या वादविवादसभेत भाग घेणाऱ्या विद्यार्थ्यांच्या विद्वत्तेपलीकडे आमच्या अनेक टीकाकारांनी आणि व्यासपीठ गाजवणाऱ्या वक्त्यांनी पाऊल टाकलेले नाही, हे त्यावेळी पूर्णपणे अनुभवाला आले. ज्यांनी ऐन पंचविशीत केशवसुत-गोविंदग्रजांची कवितासुद्धा रंगून वाचली नव्हती, तेच लोक मराठी काव्याला ओहोटी लागली म्हणून १९३५ च्या आसपास आक्रोश करत होते. त्यावेळी कान्त, बोरकर व कुसुमाग्रज यांचा काव्यक्षितिजावर नुकताच उदय झाला होता. हिरव्या चाफ्याच्या, मोगरीच्या आणि गुलाबाच्या या मुक्या कळ्यांकडे वादाकरिता वाद करणाऱ्या विद्वानांचे जसे कधीच लक्ष गेले नाही, तसे त्या काळच्या प्रमुख मासिकांनीही या कवींचे काही मोठ्या हुरूपाने स्वागत केले नाही. अल्पकाळ जगलेल्या 'ज्योत्स्ने'त बोरकर व कुसुमाग्रज यांच्या अनेक सरस कविता प्रसिद्ध झाल्या हे खरे! पण लोकप्रियतेच्या शिखरावर असलेल्या त्या वेळच्या मासिकांनी या प्रतिभावंतांची मुळीच कदर केली नाही. कान्त परवा परवापर्यंत सर्वसामान्य मराठी वाचकाला विशेष परिचित झाले नाहीत, याचे मुख्य कारण या मधल्या काळातली प्रमुख संपादकांची अरसिक वृत्ती हेच आहे. गेल्या चार-पाच वर्षांत 'अभिरुची' व 'सत्यकथा' या दोन मासिकांनी साक्षेपाने व सहृदयतेने नव्या कवितेचे स्वगत आरंभल्याबरोबर तिला कसा बहर येऊ लागला आहे, हे आपण पाहत आहोच! ही रसिकता दहा वर्षांपूर्वीच्या मराठीतल्या दोन-तीन प्रमुख मराठी मासिकांच्या संपादकांच्या अंगी असती तर कान्तांच्या अनेक सुंदर ओळी यापूर्वीच रसिकांच्या तोंडात घोळू लागल्या असत्या; त्यांच्या गरुडासारख्या आवेशपूर्ण, कबुतरासारख्या कोमल आणि फुलपाखरांप्रमाणे तरल अशा कल्पनांचा आनंद घरोघर लुटला गेला असता; प्रचलित काव्यचर्चेमध्ये त्यांच्या कवितांचे सहजासहजी उल्लेख आले असते. कारण 'रुद्रवीणा' हा त्यांचा संपूर्ण काव्यसंग्रह अलीकडेच प्रसिद्ध झाला असला तरी जवळ जवळ गेले दीड तप ते काव्यदेवीची उपासना अत्यंत निष्ठेने करत आले आहेत.

मी त्यांची कविता प्रथम वाचली ती 'फटत्कार' या मराठवाड्यातील तीन तरुण कवींच्या छोट्या काव्यसंग्रहात! अभिप्रायाकरिता आलेला हा चिमुकला काव्यसंग्रह मी घाईघाईतच वाचून संपवला होता. त्यातल्या कान्तांच्या —

घट भरुनि निघालिस लगबगुनी
निज हास्य सरी परि रुमझुमुनि
बुडविलीस तूं कळशी जेथें
अजुन तिथे जळ ते खळखळते

लहरीवरचें हंसुन मोडतें
का तोच चाललिस तूं हंसुनि?'

या ओळी किंवा 'पदरंजन' आणि 'ये पूर्ण कराया चित्र गडे' या कविता वाचताना मला तांब्यांची आठवण झाली होती, नाही असे नाही. पण त्या छोट्या पुस्तकावरला अभिप्राय हातावेगळा केल्यानंतर पुढे पुष्कळ दिवस मला जिची आठवण राहिली अशी त्या संग्रहात एकच कविता होती. तिचे नाव 'गुन्हेगार'! या कवितेची रचना विशेष नीटस अथवा मधुर नव्हती. पण तिच्यातली भावना मला मोठी हृदयस्पर्शी वाटली. ज्याची शिक्षेची मुदत संपत आली आहे, आपण उद्या सुटणार या आनंदाने ज्याचे मन नाचू लागले असेल असे इतरांना वाटू लागले आहे, अशा एका प्रामाणिक गुन्हेगाराचे हृदय कान्तांनी या कवितेत मोठ्या सहानुभूतीने व्यक्त केले आहे. आपली तुरुंगातून होणारी सुटका हा उपकार नसून अपकार आहे असे त्या कैद्याला वाटत असते. 'मला सोडू नका. माझी शिक्षा वाढवा' अशी तो अधिकाऱ्यांना विनंती करतो. तो म्हणतो -

चोरी केली ज्यांच्याकरितां
ओळखतिल नच तेही आतां
लाजतील मम नांव जोडितां
मी कैदी, नच माणूस कुणी
द्या सजा आणखी वाढवुनी -

समाजातले अनेक गुन्हे दारिद्र्याच्या, विषमतेच्या आणि आत्म्याला बधिर करणाऱ्या पापी परिस्थितीच्या पोटी जन्माला येतात. सध्याच्या समाजरचनेत तुरुंगात गेलेल्या कैद्यांपेक्षा शतपटींनी भयंकर गुन्हे ज्यांनी केले आहेत, असे लोक समाजात मोकळेपणाने मिरवत असतात, प्रसंगी त्यांची पूजाही केली जाते, हे काही खोटे नाही. पण या व्यापक सामाजिक दृष्टीने अपराधी मनुष्याकडे पाहण्याची इच्छा आपल्याकडे अजून दुर्मीळ आहे. क्षणिक मोहामुळे किंवा परिस्थितीच्या काचामुळे ज्याच्या हातून चटकन एखादी चूक होऊन जाते, अशा माणसाला आजच्या आपल्या समाजात सहसा सुधारण्याची संधी किंवा मानाचे स्थान मिळू शकत नाही. समाजाच्या हृदयाचा हा बधिरपणा कान्तांनी 'गुन्हेगार' कवितेत मार्मिकपणाने व्यक्त केला असल्यामुळे त्या कवितेचे विस्मरण मला कधीच झाले नाही.

'फटत्कार' या चिमुकल्या काव्यसंग्रहापूर्वी 'पहाटतारा' या नावाचा मराठवाड्यांतल्या कान्त, पार्थिव व कुष्णाकुमार याच तीन कवींचा एक छोटा कवितासंग्रह प्रसिद्ध

झाला होता. कान्तांच्या प्रतिभेच्या बाललीला या दृष्टीने या संग्रहातल्या कविता मी सहज चाळून पाहिल्या. 'रुद्रवीणे'तल्या व्यक्तित्वाचे अस्फुट अंकुर त्यांच्या या पहिल्यावहिल्या कवितांतही क्वचित आढळतात. 'माझे गाणे' या कवितेत ते म्हणतात -

शृंगार कुठें नाचेल
कारुण्य कुठें रडवील
अन् वीरश्री स्फुरवील
चैतन्य नव्या गीतांत । मग सर्वेच मृत देशांत

त्या वेळच्या कान्तांच्या उदयोन्मुख प्रतिभेवर लोकप्रिय कवीच्या छाया फार दाट होत्या असे या संग्रहावरून दिसते. 'अंगाई' ही कविता वाचून कुणालाही गडकऱ्यांच्या 'पाच देवीचा पाळणा' व 'निज निज बाळा रे, गाणे गाते आई' या गीतांची आठवण होईल. 'बाई कलिके' व 'शारदी सृष्टी' यांत बालकवींचे अनुकरण आहे. 'दृष्ट कुणाची झाली' ही तांब्यांच्या पद्धतीची कविता वाटते. 'मजूर' या याच काळातल्या कवितेत व्यक्त झालेली कवीची भावना जरी अनुभूतीतून स्फुरली असली तरी

खेळतां नाच मधु रंग । नभचुंबित रंगमहालीं
कधीं विचार ये का हाडें । पिचलींत कुणाचीं खालीं
नेसतां तलम वसनें तीं । कल्पना शिवे कोणाला
किती दुःखदग्ध अतड्यांचा । पडलासे पीळ सुताला

या ओळी वाचताना केशवसुतांच्या 'मजुरावर उपासमारीची पाळी' या कवितेतल्या-

हीं मंदिरें हो खुलतात चांगलीं
माझ्या वडिलींच न काय बांधिलीं
मी मात्र हो आज मरे भुकेमुळें
श्रीमंत हे नाचति मंदिरीं भले

या श्लोकाची आठवण झाल्यावाचून राहत नाही.

आपल्यापूर्वी होऊन गेलेल्या प्रतिभावंतांच्या छाया कोणत्याही लेखकाच्या प्रतिमेच्या बाल्यकालात तिच्यावर पडणे स्वाभाविकच आहे. जशी जीवनात तशी वाङ्मयातही आनुवंशिकता असते. पूर्वसुरीचे विविध संस्कार घेणे, ते आत्मसात

करणे आणि त्यांच्या आहारी न जाता आपला स्वतंत्र विकास करून घेणे हे जातिवंत प्रतिभेचे प्रमुख लक्षण आहे. ते कान्तांच्या 'रुद्रवीणा' व 'अग्निपथ' या कृतीत प्रकर्षाने प्रकट झाले आहे. केशवसुत, सावरकर, तांबे, बी व माधव ज्युलियन हे त्यांचे आवडते आधुनिक कवी आहेत. कान्तांच्या काही दुय्यम गुणदोषांची मीमांसा या आवडीनिवडीवरून करता येईल. पण 'रुद्रवीणा' 'शततारका' (शंभर रुबायांचा संग्रह) 'अग्निपथ' व 'आशिबा' (खंडकाव्ये) या त्यांच्या विविध कृतीत अनुकरणाच्या छटा अगदी विरळ आहेत. प्रतिभेच्या विकासाबरोबर फुलणाऱ्या वैशिष्ट्यपूर्ण कल्पनांचा आणि भावनांचा सुगंध त्यात ठिकठिकाणी दरवळत आहे.

कान्तांच्या या विकसित प्रतिभेचे स्वरूप वयाने आणि काव्य गुणांनी त्यांच्या बरोबरीचे असलेले नव्या पिढीचे प्रमुख कवी बोरकर आणि कुसुमाग्रज यांच्यापेक्षा बरेचसे भिन्न आहे. या तिघाही कवींना निसर्गाने कल्पकतेचे देणे मुक्तहस्ताने दिले आहे यात संशय नाही. पण कुसुमाग्रजांची कल्पकता विशाल आहे, बोरकरांची मधुर आहे व कान्तांची उग्र आहे. उत्कट भावनांचे आवाहन या तिघातही आढळून येते. पण या भावना जागृत करणाऱ्या विषयांची क्षेत्रे बोरकरांच्या कवितेत विविध आहेत. कुसुमाग्रजांत ती थोडी मर्यादित झालेली दिसतात. कान्तांच्यामधे तर क्रांती व प्रीती - आणि तीही अनेकदा भग्न अथवा वियुक्त अशी - या दोन भावनांचीच छाया बहुतेक कवितांवर पसरलेली आहे. रचनेच्या बाबतीत कुसुमाग्रजांची प्रतिमा शिल्पकार आहे, बोरकरांची चित्रकार आहे, कान्तांची नर्तिका आहे. त्यांच्या अनेक कविता कल्पकतेने नटलेल्या व भावनेने रसरसलेल्या असल्या तरी या दोघांचे प्रसन्न रचनाकौशल्य त्यांच्यात तितक्या प्रमाणात आढळत नाही.

ज्यांची प्रतिभा अजून मध्यान्ही आहे अशा समकालीन कलावंतांची तुलना करणे थोडेसे धोक्याचे असते यात संशय नाही. पण समकालीनांच्या तुलनेतच प्रत्येक कलाकाराची वैशिष्ट्ये रसिकांना अधिक स्पष्टपणे जाणवू लागतात. बोरकर हे स्वभावतः सौंदर्यपूजक आहेत. मात्र त्यांच्या सौंदर्यपूजेत शरीराइतकेच आत्म्याला आणि क्षणभंगुराइतकेच चिरंतनाला महत्त्व आहे. अलीकडे गोमंतकांच्या स्वातंत्र्याच्या चळवळीत भाग घेतल्यामुळे मुख्यतः सौंदर्य व साधुत्व यांच्या पूजेत रंगून जाणाऱ्या त्यांच्या मनाला मधून मधून सामर्थ्याचा साक्षात्कार घडू लागला आहे. कुसुमाग्रजांची प्रतिभा निसर्गतःच सौंदर्य व सामर्थ्य यांची उपासक आहे. या दोन्हीचा मधुर संगम झाल्यामुळे त्यांच्या काही कवितांना अवीट गोडी प्राप्त झाली आहे. मात्र विशाल कल्पकता हाच त्यांच्या अनेक कवनांचा आत्मा असल्यामुळे बोरकरांच्या कवितेत होणारे जीवनाचे विविधरसयुक्त दर्शन त्यांच्या काव्यात तितक्या प्रमाणात आढळत नाही. बोरकरांच्या इतके ते अंतर्मुखही नाहीत. कान्तांच्या कवितेत मुख्यतः सौंदर्य व सामर्थ्य यांचीच पूजा आहे. या दृष्टीने त्यांच्या कविमनाचे बोरकरांच्यापेक्षा

कुसुमाग्रजांशीच अधिक साम्य आहे. पण त्यांच्या प्रकृतिधर्मातला प्रतिकारात्मक तेजाचा स्फुल्लिंगच मराठवाड्यातल्या विशिष्ट परिस्थितीने एकसारखा चाळवला गेल्यामुळे 'रुद्रवीणे'तल्या पूर्वार्धात क्रांतीचा एकच एक रस या नाही त्या रूपाने आळवला गेला आहे असे वाचकाला वाटल्यावाचून राहत नाही. या भागातल्या अनेक कवितात स्वतंत्र आत्म्याची तेजस्विता आहे, प्रतिकूल दैवाला आव्हान आहे, दासांच्या आणि दलितांच्या सुप्त स्वातंत्र्यप्रेमाला आवाहन आहे. सुंदर कल्पनांची कलाकुसरही आहे. पण त्याचबरोबर ठिकठिकाणी थिजलेली बुबळे, पिळलेली आतडी, पिचलेली हाडे, रक्त, अश्रू, अग्नी, यज्ञ इत्यादि गोष्टींशी संबंध असलेल्या कल्पनांची आणि विचारांची पुनरावृत्तीही आहे. कुसुमाग्रजांच्या कवितेत अग्नी, रुधिर, उल्का, वादळ वगैरे मंडळी वारंवार भेटतात म्हणून तक्रार करणारे नाजूक प्रकृतीचे टीकाकार कान्तांच्या कवितेतले विविध रुद्र प्रतीकांचे स्वैर नृत्य पाहून भीतीने बेशुद्धच पडतील. कारण कान्तांच्या क्रांतिगीतांचा विषय कुठलाही असला, तरी तो रंगवताना त्यांची कल्पकता वीर व भयानक या दोनच रसांचा जसा आविष्कार करते, तशी त्या आविष्काराकरिता ती पुन: पुन्हा अशा प्रकारच्याच प्रतीकांचा व रूपकांचा आश्रय करते. 'नवे वर्ष' या कवितेत नुकत्याच उगवलेल्या १९४२ सालचे वर्णन करताना ते म्हणतात -

कंठीं नररूंडांच्या माळा,
साम्राज्यांचें भस्म कपाळा
प्रेतावरती नाच मांडला
ओल्या मानव चर्माचें करिं निशाण फडकाविलें
आज हें वर्ष नवें प्रगटलें!

ये नव वर्षा, प्रलय करित चल
नगरें राज्यें नांगरीत चल
शिरे बलींची अन् पेरित चल
मानवतेचें पीक नवें ये उद्यां, सुगी ती साध बळें
आज हे वर्ष नवें प्रगटले!

कान्तांच्या काव्यातला रौद्र रसाचा हा आविष्कार अनेकांना अतिरंजित वाटणे स्वाभाविक आहे. कविमन कुठल्याही एकाच भावनेने भारावून गेले म्हणजे त्या भावनेला विकृत रूप येण्याचा संभव असतो हे काही खोटे नाही. पण कान्त ज्या काळात आणि ज्या परिस्थितीत वाढले त्याच्याकडे लक्ष दिले म्हणजे ज्वालामुखीतून

वाहणाऱ्या तप्त लाव्हाप्रमाणे त्यांच्या वाणीतून हा विशिष्ट रसच का प्रकट होतो याची पूर्ण कल्पना येऊ शकेल. त्यांच्या प्रतिभेने यौवनात पाऊल टाकायला आणि जगात महायुद्धाचा वणवा भडकायला एकच गाठ पडली. त्या महायुद्धापूर्वीही आपल्या देशातली - विशेषत: त्यांची जन्मभूमी जे हैद्राबाद संस्थान त्यातली - जी परिस्थिती ते पाहत होते तीही अत्यंत विपरीत होती. जतींद्रांसारखे देशभक्त कारागृहात अन्नसत्याग्रह करून मृत्यूला कवटाळत होते. गांधीजींसारखे पुढारी प्राण पणाला लावून ब्रिटिश सम्राज्यशाहीशी टक्कर घेत होते. सर्वत्र सर्वसामान्य दलित जनता अर्धपोटी कष्टत होती, सुखाच्या क्षणासाठी आशाळभूतपणाने तिष्ठत होती, आला दिवस कसा घालवावा या विवंचनेत जगत होती! महायुद्ध सुरू झाल्यानंतर ही परिस्थिती अधिकच भीषण झाली. पायातल्या अगणित अवजड शृंखला तुटण्याऐवजी अधिकच घट्ट होण्याचा संभव दिसू लागला. त्या शृंखला तोडण्याकरिता धडपडणारी माणसे तुरुंगात डांबण्यात आली. पुराणकाळी राक्षस पवित्र यज्ञाचा विध्वंस करत असत. स्वातंत्र्याकरिता झगडणाऱ्या हिंदी जनतेचा जागृत झालेला आत्मा असाच नाहीसा करण्याचा प्रयत्न सर्व विरोधी शक्ती त्यावेळी कसून करत होत्या. त्यांच्यावर मात करण्याकरिता अनेक तरुण वनवासी झाले. भूमिगत होऊन त्यांनी आपल्या मातृभूमीचे शिर उन्नत ठेवले. या चळवळीत लहान मुलांनीसुद्धा हसत छातीवर गोळ्या झेलल्या. सर्वस्वाच्या त्यागाशिवाय, स्वत:च्या बलिदानाशिवाय स्वातंत्र्य मिळणार नाही या एकाच कल्पनेने हिंदी मन त्या काळात भारून टाकले होते. घरी आरामखुर्चीत बसून कविता वाचणाऱ्या आणि परंपरागत काव्यशास्त्राचे नियम लावून त्यांचे गुणावगुण तपासणाऱ्या पढिक टीकाकारांना या प्रक्षुब्ध दशकातल्या जीवनाच्या असंख्य प्रतिबिंबांनी कान्त व कुसुमाग्रज यांच्या ओजस्वी कवितांची जडणघडण केली आहे हे कदाचित कळलेही नसेल! पण सर्वसामान्य रसिकाला मात्र या दोघांच्या कल्पकतेच्या आत्म्यावर आणि त्याच्या आविष्काराच्या स्वरूपावर भोवतालच्या परिस्थितीचा प्रत्यय आणून दिला असे म्हटले तर ते अतिशयोक्त होणार नाही.

ही गोष्ट अत्यंत स्वागतार्ह अशीच आहे. नवे कविमन केवळ आत्मनिष्ठ किंवा निव्वळ सौंदर्यपूजक राहिले नाही याचे हे प्रत्यंतर आहे. कान्तांच्या बाबतीत तर ही गोष्ट अधिक ठळकपणाने जाणवते. ज्ञानेश्वर, एकनाथ आणि रामदास यांच्या पवित्र मराठी वाणीचे माहेरघर असलेल्या मराठवाड्यात -आपल्या जन्मभूमीत - आज त्याच मायबोलीची सर्व बाजूंनी गळचेपी होत असल्याचे दृश्य त्यांना बाळपणापासून दिसत होते. जी स्थिती भाषेची तीच समाजाची! सर्वत्र कुचंबणा आणि कोंडमारा. जिथे पाहावे तिथे दास्य- गुलामी- अन्याय- जुलूम! एखाद्या गरुडाला भल्या मोठ्या भरभक्कम लोखंडी गज असलेल्या पिंजऱ्यात कोंडून ठेवावे तशी या परिस्थितीत कान्तांच्या कविमनाची गत झाली असावी! त्या गरुडाने आपले प्रचंड पंख रक्तबंबाळ

होईपर्यंत त्या गजांवर आपटावेत आणि आपल्याच लाललाल रक्ताकडे पाहून आता लवकरच मुक्त होऊन आपण आकाशात स्वच्छंद संचार करणार अशा कल्पनेत गुंग व्हावे, तसे त्यांच्या क्रांतिगीताचे स्वरूप आहे. अंध रूढींच्या, जुलमी राजसत्तेच्या आणि क्रूर विषम समाजरचनेच्या सर्व शृंखला तटातट तोडून टाकल्याशिवाय यापुढे माणसाला जगात सुखाने जगता येणे शक्य नाही या एकाच कल्पनेने त्यांच्या जागृत मनाचा कोपरान् कोपरा वर्षानुवर्षे व्यापला आहे. त्यामुळेच 'मूर्तिभंजक' या कवितेत ते म्हणतात -

चूर्ण करिन घाव घणीं
स्वर्मंदिर -
स्वप्नदीप -
यज्ञवेदि, राजदंड
काय टिके मी बघतों, दिक्कालांच्या भंजनी
या दुर्धर घाव घणीं
खंड खंड करिन आज या पुराणमूर्ती!

'एक संवाद' या कवितेत मराठवाड्यातील धूळ आणि औरंगजेबाची कबर यांच्यामधले जे संभाषण त्यांनी वर्णन केले आहे, ते त्यांच्या मनाच्या तडफडीवर पूर्ण प्रकाश टाकते. त्यांनी या कवितेची मांडणी थोडी निराळी केली असती तर केशवसुतांच्या 'मयूरासन आणि ताजमहाल'सारखे एक सुंदर सुनीत मराठी कवितेला लाभले असते. 'युगचाहुली', 'अग्नि पंख नभिं फडफडुं दे', 'दुन्दुभी आमुच्या बनवा', 'अपुला पंथ निराळा', 'पहा अंगुलि चिरूनि', 'गाशिल का हे गान?', 'सदरा' इत्यादि गीतात या एकाच क्रांतिभावनेची आळवणी कान्तांनी मोठ्या कल्पकतेने केली आहे असे आढळून येईल.

कान्तांची ही भावना उत्कट आहे, प्रामाणिक आहे, तिचा क्रांतिभावनेशी असलेला संबंध कल्पनेने उभारलेल्या बिंबातून अस्सल सौंदर्य प्रकट केले आहे. पण या भावनेचा आत्मा सामान्यत: एकरूप आहे. त्यामुळे 'रुद्रवीणे'तल्या क्रांतिगीतात एकसुरीपणा जाणवतो. प्रीतीप्रमाणे क्रांतीच्या भावनेलाही अगणित पैलू असतात. ते सर्व पैलू प्रकट करण्याचा कान्तांनी प्रयत्न केला असता तर या गीतांतले हे वैगुण्य इतक्या तीव्रतेने जाणवले नसते. तांबे स्वभावत: क्रांतिगीते गाणारे कवी नव्हते. पण निरनिराळ्या वेळी उत्कटपणाने जाणवलेले क्रांतीचे चढउतार 'डुमडुमत डमरू ये', 'वाटले नाथ हो तुम्ही उतरतां खाली', 'उखळांत दिले शिर काय अतां?' इत्यादि त्यांच्या कवितात सुंदर रीतीने प्रकट झालेले आहेत. 'स्फूर्ति', 'तुतारी', 'गोफण',

'नवा शिपाई' वगैरे केशवसुतांच्या कवितांचा आत्मा क्रांतीचे आवाहन हाच असला, तरी त्यात प्रकट झालेल्या कविमनाची विविधता लक्षात घेण्याजोगी आहे. हे वैचित्र्य 'रुद्रवीणे'तल्या पूर्वार्धात प्रतीत होत नाही. या वैगुण्याची अनेक कारणे असू शकतील. प्रभावी कल्पकता भावनेच्या सूक्ष्मतेकडे व विविधतेकडे अनेकदा दुर्लक्ष करते. गोविंदाग्रजांची कविता वाचताना हा अनुभव आपल्याला नेहमी येतो. कान्त ज्या परिस्थितीत वाढले, ती क्रांतीच्या मूर्त स्वरूपाला पोषक नसल्याचाही परिणाम त्यांच्या कवितेवर झाला असावा! अमूर्तापेक्षा मूर्ताचे वर्णन करताना कान्तांची प्रतिभा अधिक सहजतेने फुलत असल्यामुळे कदाचित या कवितात तोचतोचपणा जास्त जाणवत असेल. 'अग्निपथ' हे त्यांचे एका पौराणिक कथेवर आधारलेले सुंदर खंडकाव्य वाचले म्हणजे हा शेवटचा तर्क बरोबर आहे असे वाटू लागते. 'अग्निपथ' वाचताना 'कीचक-वध' किंवा 'विद्याहरण' या सारख्या पौराणिक नाटकातून आजच्या जीवनावर आणि राजकारणावर भेदक प्रकाश टाकणाऱ्या खाडिलकरांच्या प्रभावी नाट्यशक्तीची आठवण झाल्यावाचून राहत नाही. या खंडकाव्याच्या पूर्वार्धात -

स्कंधि शिरीं ढगमाळा विरळ पसरल्या
त्यांत मिळति रात्रीच्या खिन्न सावल्या
या छायांतून अरुण राग उसळती
पदर धुक्याचे वरुनी धवळ पसरती
पिंजुनि कापूस पडे बर्फ मधोनि
जाई कालहंस एकटाचि उडोनि
फडफडाट तो त्याचा पवनिं नाद तो
अर्धसुप्त गगनाचा श्वास वाटतो

असल्या सुंदर ओळी अनेक स्थळी असल्या तरी त्याच्या उत्तरार्धात कान्तांनी जी विविध पंधरा नाट्यगीते लिहिली आहेत ती सारीच मोठी मोहक आणि सरस उतरली आहेत. भावचित्रणापेक्षा नाट्यचित्रणात, अमूर्तापेक्षा मूर्ताच्या रेखाटनात त्यांची कल्पकता मोठ्या प्रसन्नपणे आविष्कृत होते, असे यावरून दिसते. 'अग्निपथ' हे त्यांचे खंडकाव्य आकाराने छोटे असले तरी मराठी खंडकाव्यात त्याचे स्थान निःसंशय मानाचे आहे. किंबहुना कान्तांची अभिजात कल्पकता, तिची रसनिर्मितीची शक्ती, त्यांचा ध्येयवाद, त्यांच्या कविमनाच्या आवडीनिवडी, त्यांच्या कविताकामिनीचा शृंगार आणि तिच्या विविध लकबी या सर्वांची यथार्थ कल्पना या गीतमालिकेतली दोन गीते सहज आणून देतील. जुलमी वेनराजाला प्रक्षुब्ध झालेली जनता दगडांनी ठेचून मारते. त्यानंतर 'अग्निपथा'तली राजलक्ष्मी म्हणते —

'प्रिया नच रमवाया आले
स्वप्निल तारांकित यामिनिचे रंग नितळ बघ झाले.
पल्लवांत नच वसंत वर्तन
सघन उरोजीं नच मृदु कंपन
व्याकुळतेचे सूर न अधरीं, ताडित हृदय खळाळे
प्रिया नच रमवाया आलें.

सुमन-हास-उल्हास न कुंजीं
नच मधुपांची उन्मद रुंजी.
मदिरेची ती चूळ न क्षितिजीं, ज्वाळा अरुण उफाळे.
प्रिया नच रमवाया आलें.

कंकण नूपुर नच रुणझुणती
मधुकलशांमधि रस न हिसळती
पथिंच्या बळिचें रक्त पदीं हें! अंगराग नच ल्यालें.
प्रिया नच रमवाया आलें.

दहिवर भिजली रजनी सरली
तृषी-प्रतीक्षा नयनीं विझली
मी यज्ञानल खंडिताधरीं फुंकरावया आलें!
प्रिया नच रमवाया आले.

या खंडकाव्याच्या शेवटी नवयुगाच्या दर्शनाकरिता आतुर झालेली जागृत जनता एकमुखाने असा निश्चय करते -

ध्वज आज नवा उभवूं
कपोतबाळें रक्तपिपासू श्येनाशीं लढवूं

ध्वज आज नवा उभवूं!
निशाण जुलुमाचं, दमनाचं
चिन्ह आमुच्या परवशतेचे
बलोद्धतांच्या गर्व-पताका पायदळीं तुडवूं
ध्वज आज नवा उभवूं!

रम्य भविष्याच्या स्वप्नपरि
केव्हां प्रलय-विजांच्या घडिपरि
ध्वज डोलूं द्या, साउलींत त्या नव पाइक जमवूं
ध्वज आज नवा उभवूं!

वसन ध्वजाचें विश्वशांतिचें
रंग पदाहत आकांक्षांचे
असंतोष-ज्वालेपरि फडफड युग-पल्लव उडवूं!
ध्वज आज नवा उभवूं!

राजाचें सिंहासन उलथें
धरणि फुटुनि तारांगण कलथें
ढासळलेले बुरुज जगाचे अग्निफुलीं फुलवूं!
ध्वज आज नवा उभवूं!

प्रतिकारा तृणपातें उठलें
आसन इंद्राचें हादरलें
वज्राशीं झुंजण्या बाहुल्या मातीच्या सजवूं!
ध्वज आज नवा उभवूं!

'रुद्रवीणे' च्या पूर्वार्धात सर्वत्र क्रांतीच्या भावनेने भारावलेल्या कविमनाचा आविष्कार आहे. त्यामुळे या कविता वाचताना एक प्रकारचा ताण मनाला जाणवल्यावाचून राहत नाही. हा ताण उत्तरार्धात सैल होतो. त्यातल्या मधुर प्रेमगीतांचा आस्वाद घेताना कान्तांची प्रतिमा अधिक प्रसन्नतेने गुणगुणत असल्याचा प्रत्यय येतो. नाजूक कल्पना, मोहक शब्दचित्रे, वेधक शब्दशृंगार आणि प्रीतीच्या जगातल्या काही सूक्ष्म अनुभूतीचा रसाळ आविष्कार कान्तांच्या या प्रेमगीतात झाला आहे. या कवितातल्या खालील रम्य स्थळांचे कोणत्या रसिकाला विस्मरण होईल? 'ते तुझेंच गाणे' मधे कवी म्हणतो —

अथांग तव शर्बती लोचनें
क्षितिज हंसे जणु पिउनि चांदणें
तुझे नयन नित नवे घालिती निळे उखाणे गं
ते तुझेंच गाणे गं

'प्रीतीचे मोल' या गीतात कवी वर्णन करतो —

सहस्त्र स्वप्ने जिथें उमललली
क्षितिजसहस्त्रें जिथें निमालीं
त्या डोळ्यांचे सांग साजणी, पाणी किती गं खोल
प्रीतिचें काय या मोल?

'आली मधुरजनी' मधले हे रजनीचे काव्यपूर्ण वर्णन पहा -

निद्रेची ऊब पदरिं
स्वप्नांचे स्मित अधरिं
यौवन निःश्वासिं भरित
अवकाशामधुनि
आली मधुरजनि

'रमणी, उदविशि निज कचभार' या गीतातले हे शब्दचित्र किती मनोज्ञ आहे-

रमणी, उदविशि निज कचभार
मृदुल रेशमी कुरळ मोकळा कृष्ण सघन विस्तार
न्हाले ओले केश मोकले
खांद्यावरूनी स्वैर पसरले
मोत्यावाणी मधुनि चमकती, टिपुनिहि सलिलतुषार
रमणी उदविशि निज कचभार

धूर सुगंधी धूपदाणींतुनि
हळूच मिसळे कचपाशांतुनि
अभिलाषा जणु तरुण जिवांच्या भ्रमति मंडलाकार
रमणी उदविशि निज कचभार

'वसंत ये मी', 'त्या तरुतळी विसरले गीत' आणि 'जलतरंग' या तीन कविता कान्तांच्या कविमनाची सूक्ष्मता व सरसता फार उत्कृष्ट रीतीने व्यक्त करतात.

'युगे देउनी क्षण ये घेऊं', 'दावि न नयनी तूंही मृगजळ,' 'जीवन नाचत गात येतसे । स्मित चाळ त्यास बांधून पहा । सखि शेजारिणि तूं हंसत रहा', 'दहिवरले डोळे, गहिवरले अंतर', 'नाचुनि नाचुनि रजनी थकली । चाळ वघळले नभिं तारावलि', 'अनुक्त गीतांतले ताल मज तव हृत्कंपनिं सांपडले', 'पूजना मी ही पुजाऱ्या आणिली माळफुले । राहिली शेल्यांत अंती कंटकांची का सले?', 'हाती पूजाताट डोले चंदेरीची सळसळ । कांपे ज्वानीच्या वाऱ्यानं चांदण्याचं केळफूल', 'उन्हांत छाया करिन तुजवरि होउन न कळत घार', 'फिरे वासना पिशाच्च माझे निज जखमा चाटीत', 'या सौदागर जगा ईश्वरा लिलावांत फुंकीन', 'बंदी अशा गायनाते करोनी गळे आमुचे कापिले हे तरी । गातील गाणी मराठी कबंधे मराठी खुल्या माळरानावरी' इत्यादि ओळीतून व्यक्त झालेली कान्तांची कवित्वशक्ती कुणालाही आकर्षक वाटेल अशीच आहे.

'शततारका' या शंभर रुबायांच्या संग्रहांतही कल्पकता, क्रांतिविषयीची तळमळ आणि जीवनविषयक विविध विचार यांचे संमेलन आढळते. कुठल्याही छोट्या काव्यप्रकारात कल्पनेच्या किंवा भावनेच्या विलासापेक्षा त्यांच्या ओझरत्या छटाच दिसणे स्वाभाविक आहे. त्या दृष्टीने या संग्रहातल्या अनेक रुबाया मनोवेधक वाटतात. कल्पनाचमत्कृतीचे उदाहरण म्हणून ही रुबाई कुणाला आवडणार नाही?-

जणुं अंधरबिंब अर्धाच चंद्र वर आला
गिरितळांतुनी अंधार सांचला हलला,
जळजळत उसळले कालकूट जें क्षितिजीं
प्यायास काय तें अधर शिवाचा लवला?

कान्तांची सर्वस्पर्शी दुर्दम्य क्रांतिभावनाही या रुबायात आढळते. एके ठिकाणी ते म्हणतात -

धर्मास्तव किति हें सांडे रक्त पहाना
ये शोणितदर्पीचि कर्पट या स्वर्भुवना
अन् रक्तें भिजली वस्त्रें ईश्वरतेचीं
प्रेषित तव आणिक तूंही खुनी भगवाना!

'आशिया' या खंडकाव्यात त्यांनी मुक्तछंदाचा जसा परिणामकारकतेने उपयोग केला आहे, तशी सुभाषचंद्र आणि जवाहरलालसारख्या हिंदी नेत्यांची विशाल स्वप्नेही आपल्या कल्पक कवित्वाने साकार केली आहेत.

कान्तांच्या प्रतिभेचे स्वरूप मूलत: अभिजात आहे. त्यांच्या भावनांचे क्षेत्र मर्यादित आहे. पण त्या भावनांचा परिणामकारक आविष्कार करणारी कल्पकता त्यांना लाभली आहे. त्यांच्या प्रतिभेचा प्रकृतिधर्म भावगीतापेक्षा सामाजिक संघर्षातून उगम पावणाऱ्या काव्यवस्तूंना अधिक पोषक आहे. आपल्या कल्पकतेचा उपयोग जरीकाठी पदरासारखा न करता रेशमी पोत विणण्याच्या कामी ते करतील तर त्यांच्या कवितेची रसवत्ता नि:संशय वृद्धिंगत होईल. त्यांची कविता आज मध्यान्ही उभी आहे. आत्मदर्शन व समाजदर्शन या पायऱ्या मागे टाकून ती आता जीवनदर्शनाकडे वळावी असे मी मन:पूर्वक इच्छितो.

◆

अरविंद गोखले यांच्या कथा

अरविंद गोखले यांचा 'जन्मखुणा' हा तिसरा कथासंग्रह परवा वाचत असताना मला पंधरा वर्षांपूर्वीची पुण्यातली एक दुपार आठवली. तेव्हा नागपूरहून माडखोलकर आणि शिरोड्याहून मी मे महिन्यात पुण्याला आलो होतो. यशवंतराव पेंढारकरांच्याकडेच उतरलो होतो आम्ही दोघे. एके दिवशी दुपारी जेवणामुळे व उन्हामुळे येणारी सुस्ती गप्पागोष्टीच्या साहाय्याने घालवण्याचा आम्ही प्रयत्न करत असताना एक तरुण गोरटेला मुलगा आपले काही लिखाण मला दाखवायला आला. मी आळसावलो होतो. पण मला त्याला नाही म्हणवेना! याला कारणही तसेच होते. लहानपणी लिहू लागलेल्या लोकांच्या डोक्यात आपल्या लिखाणाविषयी भलभलत्या कल्पना भरलेल्या असतात, ज्यांची रसिकतासुद्धा अविकसित असते असे बाबा लोक 'बाबावाक्यं प्रमाणम्' हे वाक्य आपल्याच प्रतिभेच्या सामर्थ्यामुळे रूढ झाले आहे अशा धुंदीत मश्गूल असतात असा अनुभव अनेकदा येतो. पण माझ्याकडे आलेला हा मुलगा त्या नियमाला अपवाद आहे, हे चटकन माझ्या लक्षात आले. त्याच्या विनयशीलतेने माझे मन वेधून घेतले. आपल्याला लेखनाची हौस असली तरी लेखनकला साध्य करून घेण्याकरिता पराकाष्ठेचे परिश्रम करावे लागतात याची त्याला तीव्र जाणीव असावी. त्याच्या त्या तळमळीमुळे त्याने आणलेले हस्तलिखित मी चाळून पाहिले. त्या वेळी मी त्याच्याशी काय बोललो हे आता मला आठवत नाही. बहुधा वडीलकीचा हक्क बजावून मी त्याला थोडाफार उपदेश केला असावा! 'लिहीत राहा, पण छापू नको.' हा माझ्या विद्यार्थीदशेत गडकऱ्यांनी मला जो गुरुमंत्र दिला होता, तोही कदाचित मी त्याला दिला असेल! लघुकथालेखक या नात्याने मला जी थोडीफार लोकप्रियता लाभली होती तिचा फायदा घेऊन कदाचित मी त्याच्यापुढे माझ्या तुटपुंज्या विद्वत्तेचे प्रदर्शनही केले असेल! विस्मृती ही निसर्गाने मनुष्याला दिलेली फार मोठी देणगी आहे हे अशा वेळी मनाला पूर्णपणे पटते. त्या वेळी आम्ही काय बोललो जसे मला आता आठवत नाही, तसेच त्या मुलालाही ते बहुधा स्मरत नसेल!

मात्र त्यानंतर बरेच दिवस त्याचे नाव माझ्या लक्षात राहिले होते. पुढे अनेक वर्षे मासिकात ते कुठेही मला आढळले नाही. त्या मुलाने लेखन सोडून बिडून तर दिले नसेल ना असा प्रश्न एखाद्या वेळी माझ्या मनात येऊन जाई. तसे होणे अशक्यही नव्हते. हौस आणि भक्ती यांच्यात नेहमीच दोन ध्रुवांचे अंतर असते. कुठल्याही गोष्टीची नवी नवलाई ओसरली की माणसाची हौस मावळू लागते. शाळाकॉलेजात एक चाळा अथवा विरंगुळा म्हणून लेखन करणारे अनेक तरुण पुढे उभ्या आयुष्यात सरस्वतीमंदिराच्या आसपास फिरकतसुद्धा नाहीत याचे मर्म हेच आहे. या मुलाचे तसेच काही झाले नसेल ना, आपण त्याला त्या वेळी निष्कारण निरुत्साही केले नव्हते ना, अशा शंका कित्येकदा माझ्या मनाला चाटून जात. पुढे अनेक वर्षांनी त्याचे नाव क्वचित कुठल्यातरी मासिकात दिसू लागले. त्याचा लिहिण्याचा नाद सुटला नाही, एवढे त्यावरून माझ्या लक्षात आले. पण ज्या दिवशी मी 'जान्हवी' आणि 'कोकराची कथा' या त्याच्या नावावर प्रसिद्ध झालेल्या गोष्टी वाचल्या, त्या दिवशी माझ्या मनाला विलक्षण हर्ष झाला. माझ्या दृष्टीने अरविंद गोखले हे मासिकात छापून येणाऱ्या शेकडो नावांपैकी एक नाव उरले नव्हते. तरुण पिढीतल्या एका जातिवंत लघुकथाकाराचे, माझ्या एका आवडत्या लेखकाचे ते नाव झाले होते. लहानपणी पाहिलेल्या एखाद्या परकऱ्या पोरीला तिने तारुण्यात पदार्पण केल्यावर पुष्कळ वर्षांनी पाहण्याचा योग यावा ना, अगदी तसे वाटले या दोन कथांतल्या त्यांच्या कलेचे स्वरूप पाहून मला!

मराठी कवितेच्या बाबतीत परवापरवा जे घडले, त्याचीच आवृत्ती आता मराठी लघुकथेच्या बाबतीतही होत आहे. ललितलेखनाच्या प्रत्येक क्षेत्रात दहा-बारा वर्षे मोठा बहर येतो. हा काळ लोटला की ते क्षेत्र समृद्ध करणारे कलावंत निरनिराळ्या कारणांनी मागे पडू लागतात. पुढची पाच-सात वर्षे थोडीशी नापीक जातात. वाङ्मयातल्या उदयास्ताकडे ऐतिहासिक दृष्टीने पाहण्याची कुवत नसलेला जो एक मोठा वाचकांचा व टीकाकारांचा वर्ग असतो, तो लगेच ते क्षेत्र ओसाड पडू लागल्याची हाकाटी करू लागतो. आणि एकीकडे त्याची हाकाटी जोरजोराने सुरू असतानाच दुसरीकडे त्या क्षेत्रातल्या नव्या वृक्षवेली पालवू लागतात, फुलू लागतात, फळे धरू लागतात. गेल्या पाच-सहा वर्षांतल्या प्रमुख लघुकथाकारांच्या गोष्टी ज्यांनी वाचल्या असतील त्यांना कथालेखकांची ही तिसरी पिढी मराठी लघुकथेला नवे वळण देण्याचे प्रामाणिक प्रयत्न किती कसोशीने करत आहे आणि तिचा कुंठित झाल्यासारखा वाटणारा प्रवाह पुन्हा किती वेगाने व प्रसन्नपणाने वाहू लागला आहे याची पूर्ण कल्पना येईल.

या दृष्टीने अरविंद गोखले यांचे 'नजराणा', 'उन्मेष' व 'जन्मखुणा' हे १९४४ ते १९४८ या काळात प्रसिद्ध झालेले तीन कथासंग्रह क्रमाने चाळून पाहणे जितके

मनोरंजक तितकेच उद्बोधक आहे. त्यांच्या अलीकडल्या लघुकथात सहज शोभून जाईल अशी 'ॲडम आणि इव्ह' ही गोष्ट त्यांच्या 'नजराणा' या पहिल्या कथासंग्रहातच आली आहे. माणसाच्या मनाच्या अगदी खालच्या थरात जाऊन तिथे विविध व विचित्र प्रवृत्तीचा जो संघर्ष सुरू असतो, त्याचे चित्रण करण्याची त्यांची हौसही या संग्रहातल्या 'अवशेष', 'पालथ्या पणत्या', 'समांतर रेषा' वगैरे कथात व्यक्त झाली आहे पण 'नजराण्या'त गोखल्यांच्या प्रतिभेची वैशिष्ट्ये अधूनमधून कधी अंधूकपणाने तर कधी स्पष्टपणाने जाणवत असली तरी कथाबीज, त्याचा विकास करण्याची पद्धती, निवेदनशैली आणि जीवनविषयक दृष्टिकोन इत्यादि बाबतीत ती भोवतालच्या वाङ्मयीन संस्कारातून मुक्त झाली नाही असेच वाचकाला वाटत राहते. या संग्रहातली 'जीवनाची जादू' ही गोष्ट गोखल्यांनी त्या काळात कशी लिहिली आहे आणि आज त्यांनी ही कथावस्तू पुन्हा हाताळली तर तिचा विकास ते कसा करतील याची कल्पना करताना मला मोठी गंमत वाटली. 'आपला समाज अजून विस्कळीत आहे. नीतिनियमांनी, धर्मशास्त्रांनी तो घट्ट बांधला असला तरी आपल्यात माणुसकीचे बंध ढिलेच आहेत. भावनेला तेथे पुरा वाव नाही. शेजारीशेजारी एकमेकांकडे पाहून ओळखीचे हास्यदेखील करत नाहीत तिथे ओढ घेणाऱ्या दोन जीवांची ओळख कशी पटणार? समाज पुरता विशाल झाला नाही. प्रेमोत्तर विवाह अजून सगळ्यांना साधता येत नाही.' हे या कथेचे प्रेरक सूत्र ते अजूनही कायम ठेवतील पण प्रेमोत्तर विवाहाला सामाजिक परिस्थिती अनुकूल नाही म्हणून रूढ पद्धतीने मनुष्याने लग्न करावे म्हणजे त्याचे हरपलेले श्रेय त्याला मिळून तो सुखी होतो, हे य.गो.जोशी पद्धतीचे जे तत्त्वज्ञान त्यांनी या कथेच्या शेवटी सूचित केले आहे ते त्यांना आज तकलुपी वाटेल यात शंका नाही. या कथेत सूचित केलेल्या जीवनविषयक दृष्टिकोनावरच नव्हे तर तिच्या निवेदनपद्धतीवरही य.गो.जोश्यांची किती दाट छाया पसरली आहे हे तिच्यातल्या 'लहानमोठी अनेक गाठोडी घेऊन एखादा प्रवासी जावा पण त्याला कुठल्या गाडीत बसायचे हेच माहीत नसावे तसे माझे झाले होते' किंवा 'मला ठाऊक आहे एक काळ असा येतो की आयुष्यात स्मशानातच गोडी वाटते. पण स्वत: बगिचा बनवायचे कौशल्य असताना - 'रिअली बाळ, आय ॲम व्हेरी हॅपी' असल्या वाक्यांवरूनही दिसून येईल. अर्थात अशा गोष्टीचा शेवट 'तेवढ्यात त्याच्या त्या तत्त्वज्ञानाचे प्रतीक, त्याची प्रसन्नमुखी सौभाग्यवती चहा घेऊन बाहेर आली. त्याचे तत्त्वज्ञान मला पटू लागले.' अशा कौटुंबिक पद्धतीने होणे क्रमप्राप्तच होते!

केवळ भावनेवर आधारलेल्या अशा अनेक कथा 'नजराण्या'मध्ये आहेत. वाचकांना क्षणभर हुरहुर लावण्याची शक्ती त्यांच्यात आहे पण त्याला अंतर्मुख करण्याची, वास्तव दृष्टिकोनातून विशाल जीवनाचे दर्शन घडवण्याची शक्ती त्यांच्यात

नाही. 'अवशेष' किंवा 'जखमी नजर' या गोष्टीत हेच वैगुण्य तीव्रतेने जाणवते. केवळ भावनेला आवाहन करणे हा ज्या लेखकांचा प्रकृतिधर्म असतो ते अशा प्रकारच्या कथावस्तू नेहमीच हाताळतात हे खरे आहे. पण गोखल्यांचे व्यक्तिमत्त्व असे एकेरी नाही. ते भावनाविन्मुख मुळीच नाहीत. पण एकांगी अथवा अतिरंजित भावनेत रमून जाण्याचाही त्यांचा स्वभाव नाही. त्यांच्या वाङ्‌मयीन व्यक्तित्वात भावनेवर अनुभूतीचे नियंत्रण आहे. त्यांची भाषा त्यांच्या या व्यक्तित्वाच्या आविष्काराला पूर्णपणे अनुरूप असल्यामुळेच केवळ भावनेला आवाहन करणारा लेखक भाषेचा जो फुलोरा फुलवत राहतो तो त्यांच्या निवेदनात सहसा आढळत नाही. केवळ भावनेवर आधारलेल्या त्यांच्या कथात जो एक प्रकारचा कृत्रिमपणा व अपुरेपणा वाचकांना जाणवतो त्याचे मूळ त्यांच्या या विकसित व्यक्तित्वातच आहे. त्यामुळेच 'नजराण्या'तल्या 'भातुकली' या कथेतले म्हातारे जोडपे जीवनातला आनंद पुन्हा परत मिळविण्याकरिता खेळातल्या चूल, तवा, पोळपाट-लाटणे वगैरे वस्तू मांडून भातुकली खेळू लागते हे वाचकाला काही केल्या पटत नाही. य.गो.जोशी किंवा कवठेकर यांच्या गोष्टीत हा विसंवाद तीव्रतेने जाणवणार नाही पण कथाकार या नात्याने गोखल्यांच्या प्रकृतिधर्माचे साम्य काणेकरांशी आहे; य.गो.जोश्यांशी नाही. त्यामुळे केवळ भावना फुलवण्याचा प्रयत्न करणाऱ्या त्यांच्या गोष्टीत नाट्याऐवजी नाटकीपणा जाणवू लागतो. हा नाटकीपणा भरघोस भाषाशैली आणि नवनव्या चमकदार कल्पना यांच्या चकचकाटाखाली लपवता येतो, नाही असे नाही. गोखल्यांप्रमाणेच गेल्या पाच-सहा वर्षांत लघुकथालेखक म्हणून पुढे आलेले पु.भा.भावे यांच्या गोष्टीत हा अनुभव वाचकांना अनेकदा येतो. त्यांच्या शैलीत एक प्रकारची उन्मादक काव्यमयता आहे. पूर आलेल्या नदीप्रमाणे त्यांची निवेदनशैली वाटते. त्या पुराबरोबर जाणाऱ्या वाचकांचे त्या कथेतल्या अवास्तवाकडे लक्षच जात नाही. गडकऱ्यांच्या नाटकातही हेच घडले आहे. पण गोखल्यांची वाङ्‌मयीन प्रकृती भिन्न आहे. ती जितकी काव्यात्म तितकीच विचारशील आहे. त्यामुळे त्यांच्या कथातला नाटकीपणा रसिक मनाला खटकल्यावाचून राहत नाही.

मात्र गोखल्यांच्या प्रतिभेची झेप किती मोठी आहे, त्यांचा जीवनविषयक दृष्टिकोन किती विशाल आहे आणि कथाविषय संयमित पण काव्यात्म शैलीने फुलवण्यात ते किती कुशल आहेत याची साक्ष देणारी कथा त्यांच्या या पहिल्या संग्रहातही आहे. पुरुषाचे जग घराबाहेर असते. तिथे सहानुभूतिशून्य वातावरणात त्याला जगावे लागते, जगण्याकरिता प्रसंगी लढावे लागते. लढतालढता तो बदलत जातो. पण घर हेच स्त्रीचे जग असल्यामुळे तिच्या जीवनविषयक अशा आकांक्षा, तिची स्वप्ने आणि ध्येये ही सर्व जशीच्या तशीच कायम राहतात. जणू काही घरातल्या सावलीत पुष्पपात्रात घालून ठेवलेली फुलेच! अनुभूतीच्या या

भिन्नत्वामुळे मनोमन प्रीती कायम असूनही पतिपत्नीमध्ये एक प्रकारचे विचित्र दूरत्व उत्पन्न होत जाते. या दूरत्वाचे चित्रण हा गोखल्यांच्या कथेचा विषय आहे. एखाद्या सुंदर नाट्यगीताच्या कडव्याकडव्यात रसाचा उत्कर्ष होत जावा आणि प्रत्येक कडवे संपले की आवृत्त होणाऱ्या ध्रुपदाने त्या रसाची गोडी वाढवावी तसे या कथेची मांडणी पाहून वाचकाला वाटते.

पर्सी व बार्बरा हे नुकतेच लग्न झालेले जोडपे आपल्या घरकुलात चिमुकला संसार मांडते तेव्हाचे गोखले वर्णन करतात, 'दिवस कसे गुलाबपाणी शिंपडल्यासारखे जात.' प्रीतीच्या वर्षावाने त्या घरकुलात नंदनवन फुलते. पतिपत्नीचे हे उत्कट प्रेम पाहून कुणीतरी रसिक खडूने दारावर लिहितो - 'ॲडम आणि इव्ह'. 'दिवस कसे मोत्यांचे सर ओघळल्यासारखे जात.' असे या काळाचे गोखले चित्रण करतात. पुढे पर्सीचा पणजीचा एक मित्र एकाएकी मृत्यू पावतो. त्याची निराधार पत्नी आणि म्हातारी आई यांना पर्सी आपल्या घरी आणून ठेवतो. साहजिकच बार्बराला घरात पूर्वीच्या स्वच्छंदीपणाने नाचणे-बागडणे शक्य होत नाही. हा फरक दर्शवताना गोखले म्हणतात, 'दिवस कसे मापल्यासारखे जात'. पुढे पर्सीचे मन दुसऱ्यासाठी काहीतरी करायला पाहिजे यासाठी धडपडू लागते. तो रेल्वेत कामगार असतो. तिथल्या संपाच्या गोष्टी तो बोलू लागतो. 'आपल्या संसारात लवकरच येणाऱ्या चिमुकल्या जिवासाठी तरी हा आततार्इपणा तू करू नकोस' असे बार्बरा पर्सीला बजावते. घरट्याबाहेर स्वच्छंदाने उडणारे पर्सीचे मन नाइलाजाने त्या पिंजऱ्यात येऊन बसते, पण त्याची तडफड आणि फडफड सुरू राहते. याचा परिणाम साहजिकच संसारसुखावर होतो. गोखले तो मोठ्या सूचक रीतीने सांगतात, 'दिवस कसे पागोळ्यांसारखे ठिबकू लागले.' पुढे बार्बराला मूल होते पण दुर्दैवाने ते जन्मत: देवाघरी जाते. पर्सी तिच्यासाठी जीव पाखडतो. पण आता तो पूर्वीसारखा हसत नाही. आतल्या आत त्याचा कोंडमारा चाललेला असतो. नव्यानेच जागे झालेले त्याचे सामाजिक मन स्वत:च्या निष्क्रियतेवर चिडून जाते. या वेळची बार्बराची स्थिती वर्णन करताना गोखले म्हणतात, 'दिवस कसे सुया टोचल्यासारखे जात.' निवेदन पद्धतीच्या अशा वैशिष्ट्यांबरोबरच कथेची पार्श्वभूमी असलेल्या ख्रिस्ती समाजाचे सूक्ष्म निरीक्षण आणि प्रगतिपर सामाजिक दृष्टिकोन या गोष्टींमुळे गोखल्यांची ही कथा सरस वठली आहे. पण तिच्या यशस्वीपणाचे मर्म एकांगी भावनेच्या विलासात नाही. ते त्यांच्या निवेदनशैलीत आढळून येणाऱ्या संयमित पण मार्मिक कल्पकतेत, जीवनाकडे पाहण्याच्या निरामय वास्तव दृष्टिकोनात आणि लघुकथाकार हा एक प्रकारचा कवी आहे या जाणिवेत आहे.

त्यांच्या या सर्व गुणांचा अधिक मोहक असा विलास 'उन्मेष' मधील 'सावधान', 'जान्हवी' आणि 'कोकराची कथा' व 'जन्मखुणा' मधील 'दुसरी दासी' व 'सुरामारी'

या कथात आढळून येतो.

कथाविषयात गोखले किती नावीन्य प्रकट करू शकतात याचा 'सावधान' हा एक सुंदर नमुना आहे. समर्थ रामदासस्वामी बोहल्यावरून पळून गेले, राष्ट्राचा संसार करण्यासाठी त्यांनी स्वत:च्या संसारावर निखारे ठेवले, या गोष्टीचे रसभरित वर्णन आजपर्यंत अनेकांनी केले असेल. पण त्यांच्या या नाट्यपूर्ण पलायनाने जिच्या साऱ्या नाजूक स्वप्नांची क्षणार्धात राखरांगोळी झाली, त्या त्यांच्या वाग्दत्त वधूचा आत्तापर्यंत किती लोकांनी सहानुभूतीने विचार केला असेल? पण गोखल्यांनी या उपेक्षित अभागिनीचे जीवन मोठ्या नाजूक हाताने या भावकथेत चित्रित केले आहे. ही कथा किंवा 'मौज' दिवाळी अंकात प्रसिद्ध झालेली 'कातरवेळ' ही त्यांची गोष्ट वाचली म्हणजे एखाद्या कवीप्रमाणे त्यांची संवेदनशीलता किती सूक्ष्म आहे याची कल्पना येते.

'जान्हवी' या सामाजिक कथेतही उपेक्षित स्त्रीविषयीची लेखकाची सहानुभूती मोठ्या कलात्मक रीतीने प्रकट झाली आहे. जान्हवी ही एका कोष्ट्याची मुलगी! कडू मांगाने तिला पळवून नेली. तिचे शरीर भ्रष्ट केले. परत आल्यावर स्वत:च्या घरातही आपण पदोपदी अपवित्र मानले जात आहोत याची जाणीव तिला टोचू लागली. कडू मांगाच्या हातून तिला सोडवून आणणाऱ्या वीरांचा सत्कार करण्याकरिता गावात एक सभा झाली होती. पण त्या सभेत जोरजोराने बोलणाऱ्यांपैकी एकाही मनुष्याला स्वत:च्या आईबापांकडून होणाऱ्या जान्हवीच्या या मानसिक छळाची, तिच्या मूक पण असह्य दु:खाची कल्पना येणे शक्य नव्हते. एखाद्या दुर्दैवी घटनेबद्दल लोक पळभर शोक करतात, पण लगेच ते आपापल्या सुखदु:खात निमग्न होऊन जातात. जान्हवीच्या बाबतीत तिचे गाव असेच वागले. गावाच्या या हृदयशून्य उदासीनतेचे वर्णन दोन-तीनच वाक्यात मोठ्या उपरोधिक रीतीने गोखल्यांनी केले आहे, 'कडू मांगाला शिक्षा झाली आणि सभेचे सार्थक झाले. पुन्हा एकवार आनंदाचा अभिषेक झाला. गावच्या एका स्थानिक कवीने मुक्तछंदात जान्हवीची कहाणी अजरामर करायचा प्रयत्न केला. दाभाडीच्या त्या रस्त्याला 'जान्हवी रोड' असे लोक म्हणू लागले. एका मालगुजाराने मदत म्हणून जान्हवीला दोनशे रुपयेही दिले. पण...'

हा 'पण'च सामाजिक दृष्ट्या अतिशय महत्त्वाचा आहे. जुन्या जमानातल्या लेखकाने घरी, दारी, शेजारी, बाजारी, भ्रष्ट, अपवित्र, विटाळलेली म्हणून मानखंडना होणाऱ्या जान्हवीला आत्महत्येचाच मार्ग दाखवला असता. एखाद्या प्रचारकी लेखकाने तिला कुठल्यातरी आश्रमात ठेवून ती पुढे विदुषी बनते व पतित स्त्रियांच्या उद्धाराचे कार्य करते अशा सात्त्विक थापा मारायला कमी केले नसते. पुरोगामित्त्वाचे कंकण बांधलेल्या तिसऱ्या एखाद्या पंडिताने गावातला एक ध्येयवादी तरुण आपला निश्चित झालेला प्रेमविवाह मोडून जान्हवीशी लग्न करतो असे सांगून तिच्यावर

खुशाल मंगलाक्षता उधळल्या असत्या. पण गोखल्यांनी यांपैकी कुठल्याही अवास्तव चित्रणाचा आश्रय या कथेत केलेला नाही. ज्या समाजात आत्म्याच्या पावित्र्यापेक्षा शरीराच्या पावित्र्याचे पदोपदी स्तोम माजवले जाते तिथे अत्याचाराला बळी पडलेल्या अभागिनीला कुठलाही सरळ मार्ग मोकळा नसतो हे ते तीव्रतेने जाणतात. या दाहक सामाजिक अनुभवाशी सुसंगत असाच त्यांनी या गोष्टीचा दोन वाक्यात शेवट केला आहे, 'तुरुंगाच्या आवारातून कडू मांग मुक्त होऊन खालच्या मानेने बाहेर येत होता. त्याला जान्हवी सामोरी गेली!' आमच्या बोलघेवड्या संस्कृतिसंरक्षकांना हा शेवट आवडणार नाही, पण आजच्या हिंदू समाजात जान्हवीसारख्या अभागिनीच्या बाबतीत हा एकच शेवट इतर कोणत्याही पर्यवसानापेक्षा अधिक वास्तव आहे.

'दुसरी दासी' ही गोखल्यांची कथा अशीच वैशिष्ट्यपूर्ण आहे. पहिली पत्नी असताना दुसरीशी लग्न करणाऱ्या पुरुषावर, त्यातल्या त्यात कलावंतावर मराठीत कमी लिहिले गेले आहे असे नाही. 'चंपी आणि मोत्या'सारखी कादंबरीसुद्धा या विषयावर एका काळी रचण्यात आली. पण हा अवघड सामाजिक प्रश्न हाताळणाऱ्या बहुतेक लेखकांनी कुतूहल, कुत्सितपणा, विडंबन अथवा विकृती यांपेक्षा निराळ्या दृष्टिकोनाचा कधीच अवलंब केला नाही. क्वचित एखाद्याने वस्तुनिष्ठ दृष्टीने या त्रिकोणाची मांडणी करण्याचा प्रयत्न केला तरी तिच्यावर पहिल्या पत्नीला झालेल्या अन्यायाचीच छाया गडद पसरलेली दिसेल. सर्वसामान्य लेखक स्थूल भावनांपलीकडे जाऊ शकत नसल्यामुळे ते स्वाभाविकही होते. कलावंताची बौद्धिक भूक हे शारीरिक भुकेचेच एक गोंडस नाव असते, या पलीकडे असल्या लोकनिंदित लग्नाच्या फंदात पडणाऱ्या व्यक्तीच्या मनाचा कुणी अधिक विचार केला नाही. गोखल्यांनी मात्र सर्वस्वी नव्या दृष्टिकोनातून या विषयाकडे पाहिले आहे. सपत्नीक प्रौढ कलावंतावर प्रेम करणाऱ्या तरुणीला आपण त्यांच्या संसारात विष कालवत नसून उलट त्याच्या जीवनात अमृताचा एक नवीन प्रवाह आणून सोडत आहोत असे वाटत असते. हे वाटणे सत्य आहे की तो नुसता भासच असतो? 'कला ही विजेसारखी आहे. तिला धरू पाहणाऱ्या शंभरापैकी नव्व्याण्णव तिच्या स्पर्शाने जळून खाक होतात. उरलेल्या एखाद्याच्याच हाती ती लागण्याचा संभव असतो. हे केशवसुतांचे उद्गार कलावंताच्या जीवनाच्या बाबतीतही तितकेच खरे असतात. पण कलावंताच्या आयुष्याची बौद्धिक भागीदारीण होण्याच्या धुंदीत या कटु सत्याचा त्या तरुणीला विसर पडतो. पुढे अनुभवाने आपले व्यावहारिक नाते पत्नीचे असले तरी तत्त्वत: आपण दासीच आहो अशी तिची खात्री होते. तिच्या या दाहक अनुभूतीचे अतिशय मार्मिक चित्रण या कथेत आपल्याला आढळून येते. दोन्ही सवतींना नाट्यपूर्ण पार्श्वभूमीवर समोरासमोर आणून आणि त्यांच्या संघर्षात्मक संवादावर अधिक भर घालून लेखकाने त्यांच्या अंतर्मनाचे सारे कप्पे उघड करून

दाखवले आहेत. जणू काही सूक्ष्मदर्शक यंत्रातूनच आपण मानवी मने पाहत आहोत असे ही गोष्ट वाचताना वाचकाला वाटते. निवेदनातल्या नाजूक बारकाव्यांनी आणि कथेला पोषक अशा वातावरणाच्या निर्मितीकरिता घेतलेल्या दक्षतेमुळे या गोष्टीचे सौंदर्य ठसठशीत झाले आहे.

'सुरामारी' ही गोष्टही सामाजिक दृष्टीने अशीच विचारप्रवर्तक आहे. रझाक नावाच्या गुंडाच्या स्वैर आयुष्याची कथा आहे ही. तो मवाली असला तरी त्याची माणुसकी पूर्णपणे मेलेली नसते. पण समाजातल्या अज्ञानाचा, दारिद्र्याचा आणि भेदभावाचा उपयोग करून आपला स्वार्थ साधणारे जे धूर्त आणि महत्त्वाकांक्षी लोक असतात त्यांना गुंडांच्या हृदयातल्या सुप्त माणुसकीशी काहीच कर्तव्य नसते. गुंडाचे बेडर मन, त्याचा पोलादी हात आणि त्या हातातला तीक्ष्ण सुरा एवढ्याच गोष्टी त्यांच्या खिसगणतीत असतात. स्वत:चा आत्मा सैतानाला विकून बसलेले हे लोक समाजातल्या गोरगरिबांचे आणि गुंडांचे, सज्जनांचे आणि दुर्जनांचे आत्मे सदैव विकत घेत असतात. रझाक याच परिस्थितीला बळी पडतो. त्याला पैसे हवे असतात. मुसलमान गुंड म्हणून त्याच्यावर एका हिंदू मनुष्याचा खून करण्याची कामगिरी सोपविली जाते. तो हिंदु मोहल्ल्यात रामशरण या नावानेही मधून मधून वावरत असल्यामुळे याच वेळी दुसरीकडे त्याला मुसलमानाचा खून करण्याचे कंत्राट मिळते. आपल्यावर सोपवलेल्या कामगिऱ्यांतला विरोध त्याच्या मनाला बोचू लागतो. डिवचले गेलेले त्याचे मन विचारप्रवृत्त होते. शेवटी त्याला असल्या दंग्याच्या मुळाशी असलेल्या कटू सामाजिक सत्याची कल्पना येते. तो स्वत:शीच म्हणतो, 'एकूण हा दंगा असा आहे! श्रीमंतांनी पुढारी व्हायचे, पुढाऱ्यांनी गुंड बनायचे आणि गुंडांनी गरिबांची कत्तल करून श्रीमंतांची आसने बळकट करायची. श्रीमंतांनी नामानिराळे राहायचे अन् गरिबांना जातीच्या चिठ्ठ्या चिकटवायच्या! बदला घ्यायचा, दुही टिकवायची, दारिद्र्य वाढवायचे! याचे नाव दंगा! काय दुनिया आहे!'

'सुरामारी' या कथेत गोखल्यांनी एका गुंड मानल्या जाणाऱ्या मनुष्याच्या मनावर जेवढ्या सहानुभूतीने प्रकाश टाकला आहे तेवढ्याच तन्मयतेने 'कोकराची कथा' या गोष्टीत प्रवाहपतिताप्रमाणे लष्करात शिरलेल्या शिवराम शिपायाच्या मनाचे त्यांनी चित्रण केले आहे. 'गंमत करायची, ऐटीत भटकायचे' या विचाराने सैन्यात दाखल झालेला शिवराम तिथल्या शिस्तीला लवकरच कंटाळतो. रजा घेऊन तो घरी परत येतो. रजा संपल्यावर परत नोकरीवर रूजू होण्याकरिता म्हणून तो घरून निघतो पण त्याला परत सैन्यात जावेसे वाटत नाही. तो मध्येच पुण्याला राहतो. जसजसे दिवस लोटतात तसतशी लष्करी शिपाई आपल्याला आता पकडून नेतील ही भीती त्याच्या मनात बळावत जाते. त्याच्या भोवतालच्या वस्तू, प्रसंग, माणसे, त्यांची सहज होणारी संभाषणे या साऱ्या गोष्टी त्याला पदोपदी लष्कराचीच आठवण

करून देतात. आपल्याला पळून जायला, निवांतपणे राहायला, कुठलेही कष्टाचे काम करून प्रामाणिकपणाने पोट भरायला उभ्या जगात जागा नाही, या विचाराचा राक्षस हळूहळू अक्राळविक्राळ स्वरूप धारण करून त्याच्यापुढे उभा राहतो. अतिमानुष किंवा रहस्यमय वातावरणाचा परिपोष करून वाचकाचे मन आपल्या मुठीत ठेवणाऱ्या पोचे कौशल्य युद्धाच्या पार्श्वभूमीवरल्या सामान्य मनुष्याच्या या जीवनचित्रात गोखल्यांनी प्रकट केले आहे.

अशा प्रकारच्या मानसिक आंदोलनांचे मार्मिक चित्रण हा गोखल्यांच्या प्रतिभेचा एक प्रमुख विशेष आहे. त्यांच्या 'हे मन' या गोष्टीतल्या प्रेमसिंगाला मानवी मनाविषयी जे वाटते असे त्यांनी दाखवले आहे ते त्यांच्या बाबतीतही तितकेच खरे आहे. तो म्हणतो, 'मानवी मन किती अद्‌भुत आहे. रंगीत काचांचे तुकडे नळकांड्यातून पाहायचे एक खेळणे आहे. दर खेपेला त्यात नवीन आकृती दिसतात. जरा नळकांडे हालवले की नव्या आकृती तयार होतात. माणसाच्या मनाला थोडा जरी धक्का बसला तरी साऱ्या भावनांची अशी उलथापालथ होते.'

पण गोखल्यांच्या या प्रभावी विशेषाने त्यांच्या काही कथांत जशी सरसता निर्माण केली आहे, तशी त्यांच्या काही कथांत वैगुण्येही त्यांच्यातूनच निर्माण झाली आहेत.

आधुनिक लघुकथा दिवसेंदिवस अत्यंत लवचीक होत आहे. काव्य, शब्दचित्र, लघुनिबंध इत्यादि आपल्या प्रकृतीशी जुळणाऱ्या वाङ्मयप्रकारातला सरस भाग आत्मसात करून ती नवनवी स्वरूपे धारण करत आहे. तिच्या या नव्या स्वरूपातल्या सौंदर्याचा आस्वाद कॅथरिन मॅन्सफील्ड, बेट्स, कॅथरिन पोर्टर, जेम्स जॉइस, सॅरोयन इत्यादि लेखकांच्या काही लघुकथा वाचताना मी घेतला आहे. सॉमरसेट मॉम अशा प्रकारच्या कथांविषयी एके ठिकाणी म्हणतो, 'चेकॉव्हच्या अर्धवट अभ्यासाचा मनावर परिणाम होऊन कुठेतरी सुरू होणाऱ्या आणि निश्चित शेवट नसणाऱ्या गोष्टी लिहिणे ही अलीकडल्या लेखकांची एक टूमच होऊन बसली आहे. एखादे स्वभावचित्र काढले, विशिष्ट मनोवृत्ती अथवा वातावरण यांचे हुबेहुब वर्णन केले किंवा आपल्या मनावर झालेल्या कोणत्याही संस्काराला यथार्थ शब्द स्वरूप दिले की उत्कृष्ट गोष्ट तयार झाली असे हे लेखक मानतात. अशा प्रकारचे लेखन नीरसच होते असे नाही. प्रसंगी ते अतिशय सरसही वठते. पण त्याला कथा का म्हणावे हे मला कळत नाही.' नीटस कथानक असलेल्या आणि बंदिस्त पद्धतीने लिहिलेल्या गोष्टीचा मॉम भोक्ता आहे. कारण तशा प्रकारच्या गोष्टीच तो चांगल्या लिहू शकतो. पण एवढ्या मुळे आधुनिक पद्धतीच्या कथांवरला त्याचा वरील आक्षेप मला पटत नाही. प्रसंगप्रधान कथा मॉमच्या बंदिस्त पद्धतीने खुलून दिसत पण सूक्ष्म भावना, दैनंदिन जीवनातले लहान सहान संघर्ष, प्रभावी वातावरण, फक्त मनुष्याच्या

हृदयालाच उत्कटतेने जाणवणाऱ्या अनुभूती इत्यादिकांच्या चित्रणाला चेकॉव्हची बाह्यत: शिथिल वाटणारी पद्धतीच रसपरिपोषक ठरते. जॉइसची 'लिट्ल क्लाऊड किंवा कॅथेरिन पोर्टची 'क्रॅक्ड लूकिंग ग्लास' या गोष्टीची गोडी रेखीव कथानकांमुळे वाढण्याऐवजी कमीच झाली असती. मात्र कथेचे स्वरूप प्रसंगात्मक नसले तरी तिने वाचकाच्या बुद्धीचे आणि हृदयाचे समाधान झाले पाहिजे, त्याचे जागृत केलेले कुतूहल तृप्त केले पाहिजे. पूर्णतेचा आनंद त्याच्या मनात निर्माण केला पाहिजे, हे उघड आहे.

'हे मन!' 'तो आणि तो', 'पुरुषांची गोष्ट' इत्यादि गोखल्यांच्या या नवीन पद्धतीच्या कथात हा आनंद वाचकाला मिळत नाही. क्षणभर आपले चिमुकले रंगीबेरंगी पंख हालवून भुर्रकन उडून जाणाऱ्या फुलपाखरांचे सौंदर्य त्यात दिसते. पण अव्वल दर्जाच्या कलाकृतीत प्रभाविता, प्रमाणबद्धता आणि परिणामकारकता यांच्यामुळे इंद्रधनुष्याची जी शोभा आढळते तिचे दर्शन या गोष्टीत होत नाही. त्यात कुठेतरी काहीतरी कमी आहे असे वाचकाला एकसारखे वाटत राहते. केवळ मनातल्या घडामोडी सूक्ष्मतेने सांगणे हेच आपल्या कथेचे कार्य आहे अशी गोखल्यांनी आपली समजूत करून घेतल्यामुळे त्यांच्या लेखनात हे वैगुण्य निर्माण होत असावे असे मला वाटते. उदाहरणार्थ, 'हे मन!' ही त्यांची गोष्ट पाहावी. प्रेमसिंग नावाचा मिलिटरीत असलेला मनुष्य उमा रणदिवे या तरुणीबरोबर दररोज कुलाब्याहून ठरलेल्या बसने दादरपर्यंत येत असतो. या परिचयामुळे त्याची कामुक वृत्ती जागृत होते. एके दिवशी तो तिच्याशी अधिक लगट करून पाखरू आपल्या जाळ्यात पकडण्याचा बेत मनात रचतो. कथेचा निम्मा भाग हे सांगण्यातच खर्च झाला आहे. पण पुढे बोलताबोलता उमा विवाहित आहे व तिचा नवरा मिलिटरीमध्येच असून तो सध्या आपल्याच गावात आहे असे त्याला कळते. त्याबरोबरच प्रेमसिंगाच्या मनातले परिवर्तन सुरू होते. गोखल्यांच्या भाषेत सांगायचे म्हणजे 'उन्मादाच्या ऐन भरात त्याला पापाच्या जाणिवेचा चटका बसतो.' उमेकडे तो शुद्ध दृष्टीने पाहू लागतो.

उमा व प्रेमसिंग अनेक दिवस बसमधून बरोबर येत असताना उमेने त्याच्यापासून आपण विवाहित आहोत ही गोष्ट का चोरून ठेवावी? (ती नोकरी करणारी सुशिक्षित तरुणी असल्यामुळे तिच्या गळ्यात मंगळसूत्र नसेल हे मान्य करायला हरकत नाही.) प्रेमसिंग तिच्याशी लघळपणा करतो तो तिने का सोसावा? बसमधून ती दोघेही जात असताना उघड्या व्हिक्टोरियातून प्रणयाचे चाळे करत चाललेले एक अँग्लोइंडियन जोडपे प्रेमसिंगाला दिसते. लगेच तो सहेतुकपणाने म्हणतो, 'खरं म्हणजे आपण सर्व भीती आणि सीमा टाळून येईल ती संधी आणि मिळेल तो क्षण उपभोगला पाहिजे'. एवढे बोलून तो उमेच्या खांद्याला स्पर्श करतो. उमा म्हणते,

'खरंच किती सुखी आहेत ती दोघे जण!' या ठिकाणी प्रेमसिंग जवळजवळ उघडपणाने तिच्याविषयीची आपली अभिलाषा बोलून दाखवितो आणि ती कामुक स्पर्शाच्या रूपाने व्यक्त करतो. असे असून उमा शब्दाने तर राहोच, पण शरीराच्या हालचालीनेसुद्धा त्याला आपली नापसंती दर्शवत नाही, ही आश्चर्याची गोष्ट नाही काय? इत्यादि शंका कथेच्या आत्म्याच्या दृष्टीने फारशा महत्त्वाच्या नाहीत म्हणून आपण सोडून देऊ. पण कित्येक दिवस एका स्त्रीकडे कामुकतेने पाहत आलेल्या आणि पदोपदी तिच्याशी लगट करणाऱ्या मनुष्याच्या मनात ती विवाहित आहे असे कळल्याबरोबर विचारांचे वादळ सुरू व्हावे हे थोडेफार चमत्कारिकच वाटते. 'मानवी मन किती अद्भुत आहे' असे म्हटल्याने किंवा 'माणसाच्या मनाला थोडासा जरी धक्का बसला तरी साऱ्या भावनांची उलथापालथ होते' हे सत्य सांगितल्याने हे परिवर्तन वाचकाला पटू शकत नाही. कथेच्या विकासातूनच ते निर्माण व्हायला हवे. गोष्टीच्या पूर्वार्धात प्रेमसिंग थोडातरी अंतर्मुख दाखवायला हवा होता. त्याला आपल्या पत्नीची जी शेवटी आठवण होते ती आधी व्हायला हवी होती. उमेने आपण विवाहित आहो हे त्याला न सांगायला व त्यांची लगट सोसायला काहीतरी सबळ कारण हवे होते!

'तो आणि तो' ही गोष्ट वाचून संपवल्यावरही वाचक असाच अतृप्त राहतो. तिची रचना एखाद्या सुंदर सुनीतासारखी आहे. प्रौढपणी मुंबईला आलेल्या रणदिव्यांना आपल्या विद्यार्थीदशेतल्या प्रेमभंगाची आठवण होऊन ते सारे प्रसंग त्यांच्या डोळ्यापुढे उभे राहतात हे या कथेचे मध्यवर्ती सूत्र आहे. तिची निवेदनपद्धती चित्रपटातल्या फ्लॅशबॅकच्या तंत्राप्रमाणे मोठी कुशलतेची आहे. स्थळे, वाहने आणि व्यक्ती यांच्या साम्याच्या साहाय्याने भूतकाळातल्या नायकाचा मनाचा प्रवास गोखल्यांनी या कथेत मोठ्या चातुर्याने चित्रित केला आहे. पण ही सर्व कथा वाचून वाचकाच्या मनाला जे सौंदर्य जाणवते ते काव्याचे असते, कथेचे नाही. चांगल्या लघुकथेत काव्य आणि नाट्य यांचे प्रमाणबद्ध मिश्रण होणे आवश्यक असते. असे नाट्य भडक प्रसंगांनी, कृत्रिम घडामोडींनी किंवा रहस्यमय रचनेने निर्माण केले पाहिजे, असे शास्त्र थोडेच आहे? 'दुसरी दासी' व 'जान्हवी' या कथात किती संयमित पण सुंदर नाट्य आहे. 'तो आणि तो' मध्ये त्याचा अभाव जाणवतो. त्यामुळे गोष्ट तुटकपणाने कुठेतरी संपली आहे असा सर्वसामान्य वाचकांचा ग्रह होतो.

'पुरुषांची गोष्ट' या कथेतले वैगुण्य यापेक्षा निराळ्या प्रकारचे आहे. तिच्यात प्रसंग पुष्कळ आहेत. पण रचनेच्या कृत्रिमपणाची जाणीव झाल्यामुळे ती मनाला पूर्णतेचा आनंद देऊ शकत नाही. वेश्यागृहात जाऊन 'ती धारवाडची! छे! ती फार लठ्ठ झाली आहे आता! कुणी नवीन नाही का छोकरी? नवीन गोरीशी आणि चुणचुणीत!' असे म्हणणारा रंगनाथ, वधूपरीक्षेला जाताना 'ती धारवाडी मुलगी

आधी पाहायची नाही, फोटोवरून लठ्ठ वाटते. खेरीज हुंड्याच्या बाबतीतही.' असे म्हणून दुसरी मुलगी पसंत करायला जाणारा तात्या आणि कॉलेजातल्या आपल्या एका मैत्रिणीकडे बोट दाखवून 'ही पाहा माझी प्रेयसी, ती तिकडची, दोन वेण्या घातलेली! माझ्या खेळावर फिदा आहे. अगदी हातात आली आहे माझ्या! नुसते फॅशनेबल कपडे घालून व पैशाने भरलेले पाकीट बाळगून हिंडायचे; त्यातच जरा नाजूक हावभाव व थोडीशी लाचारी केली की जमते सारे प्रेम!' असे सांगणारा कमलाकर हे सारे एकाच माळेचे मणी आहेत, स्त्रीकडे एक भोग्य वस्तू या दृष्टीनेच ते पाहत आहेत, हे गोखल्यांचे प्रतिपादन मर्मभेदक आहे. पण एखादे तत्त्व खरे असणे निराळे आणि कथारूपाने व स्वाभाविक व्यक्तिचित्रांच्या साहाय्याने त्याची रसपूर्ण मांडणी करणे निराळे! हॉटेलातल्या एका खोलीत या तिघांना ठेवण्यापासून तो शेवटच्या बॅडमिंटन कोर्टावरल्या प्रसंगापर्यंत लेखक सर्व गोष्टी मुद्दाम जुळवून आणत आहे असे वाचकाला वाटत राहाते. असे झाले की साहजिकच कथारचनेला बुद्धिबळाच्या डावाचे स्वरूप येते. तिच्यातला रस कमी होतो. जगातले आणि जीवनातले चित्रविचित्र साम्यविरोध सूक्ष्मतेने जाणवणे हे प्रतिभेचे एक मुख्य लक्षण आहे यात संशय नाही. पण कुशल कलावंताने कथारचनेत या साम्यविरोधांचा उपयोग मोठ्या नाजूक हाताने केला पाहिजे. कारागिरी लपवणे हीच कलावंताची खरी कसोटी होय, या उक्तीची अशावेळी आठवण झाल्यावाचून राहत नाही. कुठल्याही प्रकारच्या सूचकतेचा आश्रय न करता ही तीन चित्रे शेजारीशेजारी ठेवल्यानंतर त्यांच्यावर मल्लीनाथी करण्याचा मोह तर लेखकाने नि:संशय आवरायला हवा होता.

भावनेच्या आहारी जाऊन लिहिणाऱ्या लेखकांच्या कथात आढळणारे दोष गोखल्यांच्या कथात विरळ आहेत. पण याही गुणांची दुसरी एक दुर्बळ बाजू आहे. लेखकाला वस्तुनिष्ठ दृष्टीने जीवनाकडे पाहायची सवय झाली की त्याच्या कथा मुख्यत: वैचारिक संघर्षातून उगम पावू लागतात. तत्त्वत: हे ठीक आहे. पण अशा रीतीने स्फुरलेल्या कथाबीजाचा विकास करताना तो संघर्ष व्यक्तिचित्रणातून आणि कलात्मक विविध प्रसंगातून चित्रित करणे आवश्यक असते. ते साधले नाही तर कथा निर्जीव अथवा कृत्रिम होऊ लागते. 'दीपत्कार' (सत्यकथा, एप्रिल १९४७) या गोखल्यांच्या कथेची त्यांच्याच 'सुरामारी' या कथेशी तुलना केली म्हणजे ही गोष्ट चटकन लक्षात येते. 'सुरामारी'चा जिवंतपणा 'दीपत्कारा'त नाही. छापील चित्रावर पातळ कागद ठेवून लहान मुले चित्र काढतात ना? तशी 'दीपत्कार' ही एका कटू सामाजिक सत्याचे माणसांच्या भाषेत स्पष्टीकरण करणारी गोष्ट वाटते. 'सुरामारी'त हे सत्य कथानायकाला विविध अनुभूतीतून रसरशीत रीतीने प्रतीत झाले आहे.

गोखल्यांच्या कथातल्या गुणदोषांसंबंधाने यापेक्षा अधिक सविस्तर लिहिण्याची

आज आवश्यकता आहे असे मला वाटत नाही. गेल्या चार-पाच वर्षांत झालेला त्यांच्या कलेचा विकास पाहिला म्हणजे त्यांच्या भावी कर्तृत्वाकडे डोळे मोठ्या आशेने वळतात. त्यांच्यासारख्या निष्ठावंत कलाकाराला आवाहन करणाऱ्या आणि आव्हान देणाऱ्या अनेक जीवनविषयक समस्या व अनुभूती आज आपल्याभोवती विखुरल्या आहेत. गोखल्यांच्या तपस्यापूर्ण कलेचा स्पर्श त्यांना होवो आणि मराठी लघुकथेला त्यांच्या हातून नवनवीन लेणी लाभोत असे मी मन:पूर्वक इच्छितो.

◆

परिशिष्ट
साहित्यप्रतिभा : सामर्थ्य आणि मर्यादा
पूर्वप्रसिद्धी सूची

१. टॉलस्टॉयची नाटके (वैनतेय साप्ताहिक - २६ जून १९२८, ते १४ ऑगस्ट, १९२८)
२. श्रीपाद कृष्ण कोल्हटकर (वैनतेय साप्ताहिक, १७ मे, १९२७)
३. श्रीपादांची कलावती वाणी (यशवंत, ऑगस्ट, १९२९)
४. मराठी विनोद सांप्रदायाचे आचार्य : कोल्हटकर (प्रतिभा, ८ जून १९३४)
५. कोल्हटकरांची कल्पकता (सुबोध - कोल्हटकर अंक, जून-डिसेंबर, १९३४)
६. कोल्हटकरांचं महाराष्ट्रगीत (संदर्भ अप्राप्त)
७. श्रीपाद् कृष्णांचे नाट्यलेखन (आलोचना, नोव्हें./डिसें., १९७१)
८. खाडिलकरांची एक अभ्यसनीय व्यक्तिरेखा : हंबीरराव (वैखरी, ऑक्टो.-डिसें., १९७२)
९. खाडिलकरांच्या नाटकातील तत्त्वचिंतन (महाराष्ट्र साहित्य पत्रिका, ऑक्टो.-डिसें., १९७२)
१०. साहित्यातला वटवृक्ष : केळकर (महाराष्ट्र साहित्य पत्रिका, जुलै-सप्टें., १९७२)
११. माझे आवडते नाटक : 'एकच प्याला' (नाट्यभूमी, जानेवारी, १९६९)
१२. मराठी साहित्यातील धबधबा : आचार्य अत्रे. (मनोहर, ऑगस्ट, १९५८)
१३. ज्वालेची पूजा करणारा पारिजातक : कवी बोरकर (मांडवी, बोरकर अंक, ३० नोव्हेंबर, १९७०)
१४. कुसुमाग्रजांची नाट्यप्रतिभा (वैखरी, एमेज् - १९७३)
१५. हिमशील अग्निज्वाला : कवी कुसुमाग्रज (महाराष्ट्र साहित्य पत्रिका, मार्च, १९६४)
१६. अभिजात प्रतिभा : कवी कान्त (सत्यकथा, एप्रिल, १९४८)
१७. अरविंद गोखलेंच्या कथा (मनोहर, सप्टेंबर, १९४८)

(टीप : लेखांची मूळ शीर्षके या ग्रंथात काही ठिकाणी ग्रंथसुलभ करण्यात आली आहेत.)